அந்தக் கடைசி நாள்கள்

அந்தக் கடைசி நாள்கள்

கவிஞர் புவியரசு

டிஸ்கவரி பப்ளிகேஷன்ஸ்
எண்: 9, பிளாட் எண்: 1080A, ரோஹிணி பிளாட்ஸ்
முனுசாமி சாலை, கே.கே.நகர் மேற்கு,
சென்னை - 600 078. பேச: 99404 46650

அந்தக் கடைசி நாள்கள்
ஆசிரியர்: கவிஞர் புவியரசு©

ANDHAK KADAISI NAALKAL
Author: **Kavinjar Puviyarasu**©

அட்டை வடிவமைப்பு: லார்க் பாஸ்கரன்

First Edition: Jan-2022

வெளியீட்டு எண்: 0133

Pages: 120

ISBN: 978-93-91994-98-3

Rs. 140

Publisher • *Sales Rights*

Discovery Publications	**Discovery Book Palace (P) Ltd**
No. 9, Plot,1080A, Rohini Flats, Munusamy Salai, K.K.Nagar West, Chennai - 600 078. Mobile: +91 99404 46650	No. 6, Mahaveer Complex, Munusamy Salai, K.K.Nagar West, Chennai-600 078. Ph: (044) 4855 7525 Mobile: +91 87545 07070

discoverybookpalace@gmail.com
WWW.DISCOVERYBOOKPALACE.COM

இந்த நூலில் பிரசுரமாகியுள்ள எந்த ஒரு பகுதியையும் பதிப்பாளரின் எழுத்துபூர்வமான முன்அனுமதி பெறாமல் எடுத்தாள்வதோ, மறுபிரசுரம் செய்வதோ, மொழியாக்கம் செய்வதோ, அச்சு மற்றும் மின்னணு ஊடகங்களில் மறுபதிப்புச் செய்வதோ, காப்புரிமைச் சட்டப்படி தடை செய்யப்பட்டுள்ளது. இந்த நூலிலிருந்து குறிப்பிட்ட பகுதிகளை மேற்கோள்காட்டி புத்தக விமர்சனம் செய்ய, ஊடகங்களுக்கு மட்டும் அனுமதி உண்டு.

உங்கள் மொபைல் போனிலிருந்து ஸ்கேன் செய்து 'டிஸ்கவரி புக் பேலஸ்' மொபைல் ஆப்பை டவுன்லோடு செய்து, புத்தகங்களை வாங்குங்கள்.

நன்றி
புதிய புத்தகம்
பேசுகிறது...

பதிப்புரை

பிரபலமான நூல்களை மொழிபெயர்த்து தமிழுக்கு அளித்த கவிஞர் புவியரசு, அவ்வப்போது வெளியாகும் பிரபலமான நூல்களையும் வாசகர்களுக்கு அறிமுகப்படுத்தி வந்திருக்கிறார். அந்தவகையில் கவிஞர் புவியரசு, பல்வேறு நூல்களைப் பற்றி எழுதும்போது வாசகர்களையும் ஒரு கதாபாத்திரம்போல அரவணைத்துக்கொள்கிறார்.

விக்டர் ஹூயூகோ எழுதிய நாவலில் வரும் ஜிப்ஸி நடனக்காரியின் உள்ளுணர்வுகளை எழுதும்போது, அதைப் படிக்கும் வாசகர்களின் ரத்தத்திலும் அதே வெறுப்பு, பாசம் கலந்து பரவுகிறது.

குஜராத் கலவரங்கள் அரங்கேறி முடிந்த பின், அங்கே நேரில் சென்ற, துணிவு மிக்க செய்தியாளரான ராணா அயூப் என்ற வீராங்கனை செய்த சாகசங்களை விவரிக்கும்போது, வாசகர்களுக்கும் அதே சாகசத்தில் ஈடுபடும் உணர்வு மேலிடுகிறது.

மேலும், ‘வாய் பேசாதவன்’, ‘மரகதம்’, ‘கடற்கரையில்’ போன்ற பல புத்தகங்களில் வரும் புதுமையான கதாபாத்திரங்களின் மனதின் அடியாழத்தைப் படம்பிடித்துக் காட்டுகிறார். அவை சொல்லவரும் கருத்தும் வாசகர்களால் எளிதாகப் புரிந்துகொள்ள முடிகிறது.

குறிப்பாக, ஞானதாகம் கொண்டவர்களின் சிந்தனைக் களஞ்சியமாக மிகெய்ல் நைமி எழுதிய ‘மிர்தாவின் புத்தகம்’ என்ற நூலில் எழுதப்பட்ட சிக்கலான ஆங்கிலப் பதங்களுக்கு, தான் வழங்கிய இலகுவான மொழிபெயர்ப்பை பலரும் பாராட்டியதை நினைவுகூர்கிறார். இப்படி, தான் படித்த பல புத்தகங்களையும் விமர்சித்து, கட்டுரைகளாக சுவைபட இந்நூலில் கொடுத்திருக்கிறார் கவிஞர் புவியரசு.

‘அந்தக் கடைசி நாள்கள்’ என்னும் இந்நூல், வாசகர்களுக்கு வாசிப்பு அனுபவத்தோடு, உலகப் புகழ்பெற்ற நூல்களையும் அறிமுகப்படுத்தும் என்று நம்புகிறேன்.

- மு.வேடியப்பன்
பதிப்பாளர்

பொருளடக்கம்

1. தப்பிச் சென்ற சர்வதேச சாகசக்காரன் வான்வேரா 9
2. சிந்தனை உலகின் முதலும் முடிவுமான ஞான நூல் 17
3. மிகெய்ல் நைமியின் 'மிர்தாதின் புத்தகம்' 17
4. வாய் பேசாதவன் குவென்டின் ரெயினால்ட்ஸ் 24
5. 'எரிந்தது ரயில் பெட்டியல்ல அனுமான்ஜியின் வால்!' பிரவீண் தொகாடியா 35
6. நான் யார்? பழைய கேள்வி - புதிய விடை 44
7. வட்டக் குழியில் சதுரச் சட்டம் 51
8. ஏலி ஏலி லாமா சபக்தானி - இயேசுவின் கடைசி வார்த்தைகள் - இறைவா, இறைவா, என்னை ஏன் கைவிட்டு விட்டீர்? 64
9. நாற்றத்திலிருந்து நறுமணம் 78
10. அந்தக் கடைசி நாள்கள் 91
11. வேக எல்லை கடக்கும் தருணம்... 100
12. மருந்தென வேண்டாவாம் யாக்கைக்கு 106
13. விக்டர் ஹியூகோவின் அமரத்துவ நாவல் - மரகதம் Hunch back of Notre Dame நோத்ருதாம் தை பரி 113

தப்பிச் சென்ற சர்வதேச சாகசக்காரன்

வான்வேரா

கோவை விமானநிலைய வாசலில், சூடான மொட்டை சிமெண்ட் பெஞ்சில் அமர்ந்திருந்தோம். தலைக்குமேல், முளைக்கத் திணறிக்கொண்டிருந்த பாதாம் செடி நிழல் இங்கும் அங்குமாய் அசைந்து கொண்டிருந்தது.

வேமன்னனின் புதல்வன் மெக்சிகோவிலிருந்து தன் மனைவியுடன் வந்துகொண்டிருக்கிறான். அவர்களை வரவேற்கவே நாங்கள்.

சட்டென தலை நரைத்த ஒரு பெரியவர் தம் காரை விட்டிறங்கி வேகமாக எங்களை நோக்கி வந்து என் கால்களில் விழுந்தார்.

"அய்யோ!" என்று சொல்லி நான் தடுமாறி நகர்ந்தேன். அவர் அண்ணன் இராம.அரங்கநாதன் காலில்தான் விழ வந்திருக்க வேண்டும். அதுவும் வயதானவர். என் முதிர்ச்சியையும், தலை நரையையும் மறந்து போனேன்!

"அண்ணா, வணக்கம்! நான்தான் உங்க ஸ்டூடன்ட் ராமகிருஷ்ணன்!" என்று சொல்லி பவ்வியமாக நின்றார் அவர். அவர் வேமன்னாவின் சம்பந்தி. அவர் பெண்ணை வரவேற்க வந்தவர் என்று பின்னால் தெரிந்தது.

ஆனால், வேறு எதையும் பேசுவதற்கு முன், "அண்ணா, அந்த வான்வேரா என்னதான் ஆனான்? சொல்லாமயே போயிட்டீங்களே!" என்று என்னிடம் கேட்டார்!

60 ஆண்டுகள் காத்திருந்த கேள்வி அது. வான்வேரா என்ற விமானப் படை வீரனின் சாகசம் அந்த அளவுக்கு அவர் மனதில் அழுத்தமாகப் படிந்திருக்கிறது.

இரண்டாம் உலகப் போரின் சாகசக் கதைகளில் இன்னும் மாணவர்கள் நினைவுகூர்ந்து வியக்கும் கதைகளில் ஒன்று அது.

1940 செப்டம்பர் 7, லண்டன் மாநகரம் இடிந்து தகர்ந்து கொண்டிருந்த நாள்.

இரண்டு பக்கம் இரண்டு ராணுவக் காவலர்கள் ஆயுதங்களுடன், நடுவில் நிற்கிறான் வான் வேரா, பிரிட் டீஸ் விமானப்படை விசாரணை அதிகாரியின் முன்னால், நல்ல தடித்த மீசை வைத்த அந்த அதிகாரி வயதானவர்.

"வேரா, நீர் எமது 13 விமானங்களை வானிலிருந்து சுட்டு வீழ்த்தியவர், தரையில் நின்றிருந்த விமானங்களைத் தகர்த்தவர். பெரிய ஆள்தான், இல்லையா?" என்று கடுமையில்லாமல் பாராட்டுகிற மாதிரிப் பேசினார் பெரியவர்.

அதற்குச் சம்மதிப்பதுபோல, ராணுவ முறைப்படி இரண்டு கால்களையும் சேர்த்து ஒலியெழுப்பி, தலை வணங்கி மரியாதை செய்தான் வான்வேரா.

மிகவும் நாகரிகமாகப் போய்க்கொண்டிருந்தது அந்த விசாரணை. ஆங்கிலேயர்களின் பழக்கம் அது.

"நீங்கள் நல்ல சாமர்த்தியசாலிகள்தான். நாங்கள் அதற்கும் கொஞ்சம் மேலே. அதனால்தான், நீர் கைதியாகி என் முன்னால் நிற்கிறீர்!" என்றார் பெரியவர்.

சட்டென வெளியே சைரன்களின் ஓசை, காது கிழியும் படி தொடர்ந்து விமானங்கள் சீறிப் பாயும் ஒலி அதைத் தொடர்ந்து பயங்கரமான குண்டுகள் வெடிக்கும் முழக்கம்.

"சரி!" என்று சொல்லி, பெரியவர் தமது இருக்கையைப் பின்னால் தள்ளிவிட்டு, கைத்தடியை எடுத்துப் பிடித்துக்கொண்டு, ஒரே தாவில் பக்கவாட்டில் பாய்ந்து, திறந்திருந்த கனத்தத்

திரைகளை மூடினார். அப்போதுதான் வான்வேராவுக்குத் தெரிந்தது அதிகாரியின் ஒரு கால், மரக்கால்.

அறையில் இப்போது மேசை விளக்கு மட்டும்.

"நண்பர்கள் உன்னைத் தேடி வந்திருக்கிறார்கள் போலிருக்கிறது. கொஞ்சம் அழிவு அதிகம்தான் என்று தோன்றுகிறது... இரண்டு தரப்புக்கும்" என்று அமைதியாகச் சொன்னார் அதிகாரி.

வான்வேரா பேசவில்லை!

"நீர் எப்படியும் தப்பித்துக்கொண்டே இருக்கிறீர்! ஆனால் அகப்பட்டுக்கொண்டே இருக்கிறீர். இந்தமுறை அது நடக்காது தம்பி" என்றார் பெரியவர்.

உடனே வான்வேரா, "அய்யா, என்னால் ஆறு மாதங்களுக்கு மேல் ஓரிடத்தில் தங்க முடியாது. இந்த முறையும்" என்று அழுத்தமாகச் சொன்னான்.

இரண்டு மணி நேரம் இப்படியே கேலியும், கிண்டலுமாக விசாரணை நடந்தது. எல்லாம் ஜெர்மன் மொழியில்தான். கடைசியாக மேஜர் சொன்னார். "இந்தத் தடவை உன் சாகசம் பலிக்காது. பெட் வைக்கிறாயா?"

"சரி அய்யா. பத்து சிகரட் கொண்ட ஒரு பாக்கட், பெட்" என்றான் வான்வேரா.

இட்லரின் விமானப் படைப் பிரிவில், சாவுக்கு அஞ்சாமல், வானில் சீறிப் பாய்ந்து, சிவப்புப் பிசாசு என்று பெயர் வாங்கியவன் வான்வேரா.

வான் என்பது ஜெர்மனியின் மிக உயர்ந்த பட்டம். அதனை இளம் வயதில் பெற்ற பெருமைக்கு உரியவன் வான்வேரா.

லண்டன் மாநகரைத் தகர்க்க வேண்டும் என்பதே அவன் வெறி. வாய்ப்புக் கிடைத்த போதெல்லாம் தன் விமானத்தில் சீறிப் பாய்ந்தான். பத்தாவதுமுறைதான் அவனது விமானம் சுட்டு வீழ்த்தப்பட்டு அவன் பிடிபட்டான்.

எந்தச் சிறையில் அடைத்தாலும், சாமர்த்தியமாக தப்பித்து வந்தான். பல சாகசங்களுக்குப் பிறகுதான் விசாரணை அதிகாரியிடம் அறைகூவல் விட்டான்.

ஐரிஸ் கடலோரத்தில், சதுப்பு நிலத்தில் ஒரு சிறை. சுற்றிலும் கம்பிவேலி. 40 அறைகள் கொண்ட ஒரு கற்கோட்டை. வான்வேரா மாதிரியான ஆட்களுக்காகவே அமைக்கப்பட்டது.

வான்வேரா அறையில் இன்னொரு ஜெர்மன் கைதி! அந்தக் கைதிக்குத் தன்னுடன் வான்வேரா தங்கியிருப்பதில் பெருமை.

அவன் சாகா வென்று ஜெர்மானியர் வீரத்தைப் பற்றிப் பேசிக்கொண்டே இருந்தான். வான்வேரா மௌனம் சாதித்தான். சட்டென அறைகளைச் சோதனையிட்டான். கண்டே பிடித்து விட்டான். கழிப்பிடத்தின் ஓரத்தில் ஒரு கருப்புப்புள்ளி ஒரு சிறிய பொத்தான்போல.

வேரா அதனருகில் அமர்ந்து, “வான்வேரா, காலிங்! என்ன கேட்கிறதா? உளவுத்துறையினரே. நான்தான் வான்வேரா பேசுகிறேன். உங்கள் பட்டன் சைஸ் ஒலிப்பெருக்கி மூலம், நன்றாக வேலை செய்கிறதா. வான்வேராவின் பாராட்டுகள்!” என்றான். உடனிருந்த கைதி திகைத்துப்போனான். ஒட்டுக் கேட்ட பிரிட்டிஸ் அதிகாரி முகம் எப்படிச் சிவந்திருக்கும் என்று நினைத்துச் சத்தமாய்ச் சிரித்தான் வான்வேரா.

உடனே வான்வேராவை வேறு அறைக்கு மாற்றினார். அங்கு வேறு ஒரு ஜெர்மானியக் கைதி. அந்த அறைக்குள் எந்த ஒலிப்பெருக்கிக் கருவியையும் அவர்கள் வைக்கவில்லை. அதையும் ஊகித்தான் வான்வேரா. உடனே உடனிருந்த கைதியை சுவரோரமாக வந்து நிற்கச் சொன்னான். அவன் தோள்மீது ஏறி. வென்ட்டிலேட்டர் கம்பியைப் பிடித்துக்கொண்டு, “சார்! கண்டுபிடித்துவிட்டேன். வென்ட்டிலேட்டர் கம்பியில், இப்போது கேட்கிறதா? நன்றாகக் கருவி வேலை செய்கிறதா? தொடர்ந்து தோற்றுக்கொண்டே இருப்பது நீங்கள்!” என்றான்.

அந்தச் சிறையில் மொத்தம் 24 கைதிகள். காவலுக்கு ஆயுதம் ஏந்தியவர்கள் முன் பகுதியில் நான்குபேர். பின் பகுதியில் நான்குபேர். கவனமாகக் காவல் காத்து நின்றனர்.

சிறையின், கடலை ஒட்டிய முன்பகுதியில் மின்வேலி. எதிர்ப் பகுதியில் உயரமான சுவர். அந்தப் பகுதியில்தான் உள் நுழையும் கேட் உள்ளது. அங்கே மாலை 2.30க்குக் கைதிகள் காலார உலவ ஒருமணி நேரம். வண்டியில் உணவுப் பொருள்களைக் கொண்டு வரும்போது, கைதிகள் அதை உள்ளே கொண்டு செல்வார்கள். கொஞ்சம் ஒழுங்கு குலையும். அந்த வேளையில், உயரமான கைதியின் முதுகில் ஏறி, மதில் மேல் தாவி மறுபக்கம் குதித்தான் வான்வேரா.

காட்டில் ஒரு குன்றின்மேல் ஏறி, மறுபக்கம் இறங்கி, ரயில் போகும் குகைகளின் வழியாகப் பயணம் செய்தான். ஆனால், பசி ஒரு சிற்றூரில் போக வைத்துவிட்டது. அங்கே பிடிபட்டான்.

மறுபடியும் சிறை. இப்போது 150 கைதிகள் நடுவே. என்றாலும் நண்பர்களைப் பிடித்துக்கொண்டு ஒரு சுரங்கம் தோண்டி சிறைக்கு மறுபுறம் வெளியேறினான். மற்றும் இரண்டு பேருடன்.

சேர்ந்து போவது ஆபத்து என்று தனித்தனியே பிரிந்து, ஒரு நள்ளிரவில் ஒரு ஸ்டோருக்குள் நுழைந்து, கிடைத்ததை உண்டு, ஒரு நல்ல பிரிட்டிஷ் உடையில் வெளியேறி, பட்டப்பகலில் ஒரு டாக்சியில் ஏறி "போலீஸ் ஸ்டேஷனுக்கு விடு!" என்றான். சந்தேகம் வருமா என்ன?

ஆனால் பாதியில் டிரைவர் அசந்த வேளையில் இறங்கி ஓடி மறைந்துவிட்டான்.

"உன் ஆவணங்கள் எங்கே?" என்று அவர் கேட்க,

"அய்யா! நான் டச்சுக்காரன். ஆவணங்கள் இருந்தால் தொல்லை என்று எரித்துவிட்டேன்" என்று ஆங்கிலத்தில் பேசி நழுவினான்.

கடைசியாக ஒரு புல்வெளியில் போய்க்கொண்டிருந்தபோது தூரத்தில் ஒரு தண்டவாளம் தெரிந்தது. வான்வேரா ரயில் பாதையோரம் நின்று, ரயிலை நிறுத்தி இஞ்சின் பகுதியில் ஏறிக் கொண்டு, "நான் டச்சு விமானி, சுட்டு வீழ்த்திவிட்டார்கள். நான் விமான நிலையம் போக வேண்டும். அங்கே எனக்காக ஒரு விமானம் காத்திருக்கும்" என்று சொல்ல, இஞ்சின் டிரைவர்

மகிழ்ச்சியோடு அவனை ஏற்றிக்கொண்டுபோய் லண்டன் நகர எல்லையில் இறக்கிவிட்டு, வாழ்த்துச் சொல்லி அனுப்பினார்.

லண்டன் நகரில், அதுவும் போர்க் காலத்தில் அன்னியன் ஒருவன் தப்ப முடியுமா என்ன? போலீசார் வான் வேராவை விமானப் படைப் பிரிவு இருக்கும் தளத்திற்கே கொண்டுபோனார்கள்.

மேலே உள்ள அலுவலகத்திலிருந்து பார்த்தால், கீழே பட்டாம்பூச்சிகள்போல் ஏராளமான விமானங்கள் நின்றிருந்தன.

வான்வேராவுக்கு அதுதான் சரியான கடைசி வாய்ப்பு என்று நம்பினான். எப்படியும் அந்த வாய்ப்பைக் கை நழுவ விடக்கூடாது என்று, அதிகாரிகளிடம் மிக மரியாதையாக நடந்துகொண்டு, கீழே அவர்களுடன் இறங்கி நடந்துபோனான்.

சரியான வாய்ப்பு வந்தது. வானத்தில் மீண்டும் விமானத் தாக்குதல். விமானிகள், அதிகாரிகள் சிதறி ஓட, வான்வேரா, விமானங்களை நோக்கி ஓடினான். ஒரு சிறிய விமானத்தில் ஏறினான்.

அடடா, அது கொஞ்சம் மாறுபட்டதாக இருந்தது. 'காக்பிட்'டில் எதை எப்படி இயக்கிக் கிளப்புவது என்று குனிந்து பார்த்துக்கொண்டிருக்கும்போது, கழுத்தில் துப்பாக்கி முனையின் ஈரம்.

"திஸ் டைம், இட்டீஸ் நாட் சக்சஸ்ஃபுல்! கெட்டப்!" என்ற இராணுவ அதிகாரியின் கட்டைக் குரல்.

மாட்டிக்கொண்டான்.

இனி இவனை இங்கே வைத்திருந்தால் ஆபத்து என்று, கனடா நாட்டிற்கு அனுப்பி வைத்தார்கள். அது குளிர் காலம். எங்கும் பனிக்கட்டிகள்!

வெளியில் நகர முடியாது. சிறை அறையிலேயே முடங்கிக் கிடப்பதுதான் பாதுகாப்பு. 1500 கைதிகளைக் கொண்ட பெரிய சிறைச்சாலை அது.

கொஞ்சநாள் வான்வேரா உள்ளே முடங்கிக்கிடந்தான். பொறுமையாய் இருந்தால் வாய்ப்பு தேடி வரும். நம்பிக்கை பொய்த்துப் போகவில்லை,

ஒருநாள், வான்வேராவையும் வேறு ஒன்றிரு கைதிகளையும் வேறு ஒரு சிறைக்கு மாற்ற முடிவு செய்தது சிறைச்சாலைத்துறை. ஒரே இடத்தில் இருந்தால் சக கைதிகளைச் சேர்த்துக்கொண்டு அவன் ஏதாவது திட்டமிடலாம் என்பது சிறைத்துறையின் சந்தேகம்.

பயணம் ரயிலில் நீண்ட பயணம்தான். வெளியில் எங்கும் வெள்ளை வெளேர் என்ற பனிக் காட்சி.

ஒரு தனிப் பெட்டியில் இருந்த சில கைதிகளும் முப்பது காவலர்களும். எல்லாரும் கம்பளிக் கோட்டுகளுக்குள் முகம் புதைத்து அரைத் தூக்கத்தில் இருந்தார்கள்.

அதுதான் சரியான சந்தர்ப்பம்.

வான்வேராவை ஜன்னல் ஓரத்தில் உட்கார வைத்துவிட்டார்கள். கண்ணாடி ஜன்னல்கள் வழியாகவும் குளிர் உள்ளே பாய்ந்து அவர்களைப் பிடுங்கிக்கொண்டிருந்தது...

வான்வேரா பக்கவாட்டில் பார்த்துக்கொண்டே வந்தான்.

வெகுதூரம் பக்கவாட்டில் அடர்ந்த பனியாகவே இருக்க, ரயில் பனித் துகள்களைக் கிழித்துக்கொண்டு போய்க் கொண்டிருந்தது.

வான்வேரா மிகவும் சிரமப்பட்டு, கண்ணாடி ஜன்னலைக் கொஞ்சமாய்த் திறந்தான்.

ஓநாய்க் குளிர் உள்ளே பாய்ந்தது. "அய்யோ! யாரடா அவன்? மூடு கதவை!" என்று சில காவலர்கள் கத்தினார்கள், தலையை உயர்த்தாமலேயே!

மீண்டும் எல்லாரும் கம்பளிக் கோட்டுக்குள் புதைந்து கொண்டிருந்தார்கள். வான்வேரா சட்டெனக் கதவை உயர்த்தி ஒரே பாய்ச்சலாக வெளியில் பாய்ந்தான் பனிக்குள்.

"அய்யோ! யார்ரா அவன்?" என்று கதவை இழுத்து இறக்கிவிட்டுவிட்டு மீண்டும் கம்பளிக் கோட்டுக்குள் புதைந்து கொண்டார்கள்.

யாரும் அந்தக் குளிரில் வெளியில் பாய்ந்து உயிர் தப்ப முடியாது.

ரயில் போய்க்கொண்டே இருந்தது...

அவன் பனியில் விழுந்து செத்துப்போனதாகச் சிறை பதிவு செய்தது.

பதினைந்து நாட்களுக்குப் பிறகு, பிரிட்டிஷ் விசாரணை அதிகாரிக்கு ஓர் அஞ்சல் அட்டை வந்தது.

அதில் கண்ட வாசகம்:

"அய்யா... நீங்கள் எனக்கு ஒரு சிகரெட் பாக்கெட் கடன்பட்டிருக்கிறீர்கள்!"

* * *

சிந்தனை உலகின் முதலும் முடிவுமான ஞான நூல்

மிகெய்ல் நைமியின் 'மிர்தாதின் புத்தகம்'

உலக ஞான நூல்களில் தலை சிறந்ததான இந்தப் படைப்பின் பெயரே, 'மிர்தாதின் புத்தகம்'தான்.

பத்தாண்டுகளுக்கு மேலாக, வெளிவந்த நாளிலிருந்து அடக்கமான அலையடிப்பை நிகழ்த்திக் கொண்டிருக்கும் இந்தப் படைப்பிற்கு மேலான நூல் இல்லை என்கிறார் ஓஷோ.

நீண்ட ஞான தாகம் கொண்டவர்களின் தவிப்பை நிரந்தரமாகப் போக்கவல்ல சிந்தனைக் களஞ்சியம் இது.

உலகின் படைப்பாளிகள் அனைவரும் தமது மனதின் அடியாழத்தைப் படம் பிடித்துக் காட்டவே ஆசைப்படுகிறார்கள். அவர்கள் அனைவரும் தோற்றுப் போனார்கள். இவன் ஒருவன் மட்டுமே அதில் வெற்றி பெற்றான் என்கிறார் ஓஷோ.

இந்த மகத்தான நூலைப் படைத்தது, எந்த இந்திய மகரிஷியும் அல்ல. இதன் ஆசிரியர் 'மிகெய்ல் நைமி'.

இவர் லெபனான் நாட்டுக்காரர்! கலீல் ஜிப்ரானின் அருமை நண்பர், அவருடன் உழைத்தவர். நைமியின் உறவு இல்லாமற் போயிருந்தால் அவன் எப்போதோ தற்கொலை செய்து கொண்டிருப்பான்.

நைமி எழுதியுள்ள ஜிப்ரானின் வாழ்க்கை வரலாறு உலக வாழ்க்கை வரலாறுகளில் தலை சிறந்தது என்கிறார் ஓஷோ.

தனது படைப்பைப் பற்றி மிகெய்ல் நைமி என்ன சொல்கிறார்?

"இதை உங்களால் படிக்க முடியாது!" அப்படியானால் இவர் எதற்காக எழுதினார்? எப்படி எழுதியிருக்கிறார்?

நைமி அரபு எழுத்தாளர். ஆனால் இதை அவர் ஆங்கிலத்தில் எழுதியிருக்கிறார். அவரது ஆங்கிலம் மிகச் சிக்கலானது. முற்றிலும் மாறுபட்ட சொற்சேர்க்கை, சிக்கலான வாக்கிய அமைப்பு போன்ற பல அம்சங்கள், நன்றாக ஆங்கிலம் படிப்பவர்களையே திணறடிக்கிறது.

Nothing can serve save it be served
by servuing And nothing ean be served
except it serve the serving

இப்படி விளையாடியிருக்கிறார் ஓர் அன்னிய மொழியில்.

பணிவிடைகளால் பணிவிடை செய்தே ஆக வேண்டும் என்றால், எதுவுமே பணிவிடையைக் காப்பாற்றாது. பணிவிடை செய்கிறவருக்குப் பணிவிடை செய்தாலொழிய, எதற்குமே பணிவிடை செய்துவிட முடியாது.

என்பதே அதன் பொருள்.

இன்னொரு வாக்கியத்தையும் பார்த்துவிடுங்கள் ஒரு மாதிரிக்காக

ஆணும் பெண்ணும் வேறல்ல. மனிதன் குருமை நஞ்சைக் குடித்துவிட்டான். உள்ளணர்வால் அவன் ஒருமை காண வேண்டும். அப்போதுதான் அனைத்திலும் மேலான சுதந்திரத்தை அவன் பெறுவான்.

என்பது சுருக்கம்.

அசுர வேகம், ஆவேசப் போக்குப் பேச்சு, கவிதை வீச்சு, முன் பின்னாய்ப் பின்னப்பட்ட வாக்கிய அமைப்புகள், திகைப்பூட்டும் கற்பனை, அகராதிகளைத் தாண்டிய புதிய பதச் சேர்க்கை, எல்லாம் கொண்டு இது தத்துவ ஞானப் புயலாக, கவித்துவ

அடைமழையாக, சூறாவளியாய்ச் சுழன்றடித்து வாசகரை மூச்சுத் திணறச் செய்கிறது. பல்கலைக்கழகத்தில் பணியாற்றியபோது, இதைப் படிக்கச் சொல்லி சுமார் நூறு பேராசிரியர்களிடம் கொடுக்க, அவர்களால் படிக்க முடியவில்லை என்று திருப்பிக் கொடுத்துவிட்டார்கள் என்கிறார் ஓஷோ.

இந்த ராஸ்கல் இதை எழுதியிருக்காவிட்டால் இதை நான் எழுதியிருப்பேனே என்று செல்லமாய் ஆதங்கப்படுகிறார் ஓஷோ.

இவ்வளவு சிக்கலுடையதாக இருந்தாலும், தமிழில் வந்தவுடன் இதை ஆர்வமாய் வாங்கிப் படித்தவர்கள்... படித்துக் கொண்டிருப்பவர்கள் எண்ணிக்கை ஒரு லட்சத்தைத் தாண்டும்.

இதன் பாதிப்பைப் பற்றிக் கொஞ்சம் சொல்லிவிட்டுத்தான் புத்தகத்திற்குள் நான் செல்ல வேண்டும்.

பலர் தம் பிள்ளைகளுக்கு மிர்தாத் என்று பெயர் சூட்ட ஆரம்பித்திருக்கிறார்கள்.

பல நிறுவனங்ககள் இந்தப் பெயரில் செயல்படுகின்றன.

ஒரு திரைப்படக் கலைஞர் மிர்தாத், மலைக் காட்டுக்குள் எதையோ தேடிக் காணாமல் போனாள்.

இதை வாங்குகிறவர்களில் பலர் ஐந்து ஐநது பிரதிகள் வாங்குகிறார்கள். கவிக்கோ, அறிவுமதி, நாஞ்சில் நாடன், நடிகர் சத்யராஜ்.... எனப் பலரும்.

கவிஞர் லிங்கூ லிங்குசாமியிடம் சொன்னபோது, அவர் 60 பிரதிகள் வாங்கித் தமது திருப்பதி பிக்சர்ஸ் நிறுவனத்தில் வைத்து, வருகிறவர்களுக்கு அன்பளிப்பாகத் தந்துவருவதாகக் கூறினார்.

"கொடுப்பவருக்கும் வாங்குகிறவருக்கும் மரியாதை தரும் நூல்" என்று அவர் கூறினார். ஞானி பகவத் அய்யா இதைப் பாராட்டிச் சொன்னார்.

மதுரையில் உள்ள ஒரு ஆசிரமத் தலைவர், "சுவாமி, உங்களைத் தரிசிக்க என் சிஷ்யனோடு நேரில் வர வேண்டும். எப்போது வர?" என்று கேட்டு அதிர வைத்தார்.

"சுவாமி, நான் வெறும் மொழி பெயர்ப்பாளன். மிர்தாத் அல்ல..." என்று சொல்ல, "அதெல்லாம் பேசப்படாது!" என்று சொன்னார். பெரும்பாடுபட்டுத் தவிர்க்க வேண்டியதாயிற்று.

மதுரை பாரத் டெயிலர் சண்முகம். ஒரு பஸ் பிடித்து, ஒரு கூட்டம் மிர்தாதிகளோடு வீட்டிற்கு வந்துவிட்டார்.

பெரியவர்களைத் தவிர, அதிகமாக இளைஞர்களைக் கவர்ந்து இழுத்துக்கொண்டிருப்பது இந்தப் படைப்பு.

இதன் மொழிபெயர்ப்பாளன் என்ற முறையில் ஒரு நிகழ்ச்சியை நான் சொல்லியே ஆக வேண்டும்.

புதுவையில், ஓர் இலக்கிய விழா மேடையில் பேசிக் கொண்டிருக்கிறேன்...

"இதோ, அமைச்சர் அவர்கள் வந்துவிட்டார்கள்..!" என்ற அறிவிப்பு என் பேச்சினிடையே குறுக்கிடுகிறது. எனக்குச் சரியான எரிச்சல்.

"அமைச்சர்கள் கலந்துகொள்கிற கூட்டங்களில் நான் பங்குகொள்வதில்லை. நீங்கள் ஏன் முன்பே என்னிடம் சொல்லவில்லை?" என்றேன் ஒலிப்பெருக்கியில்.

ஆனால், அமைச்சர் வந்தே விட்டார்! ஒரு கையை உயர்த்தியபடி, நான் சொல்வதைக் கேட்டபடி, சிரித்தபடி!

நான் தடுமாறிப் போனேன். சபை நாகரிகம் கருதி, "அமைச்சர் அவர்களே, நான் சொன்னது, எங்கள் நாட்டில்!" என்று சொல்லி, சமாதானப்படுத்தி, சமாளித்து, ஒரு நிமிடத்தில் என் பேச்சை முடித்துவிட்டு அமர்ந்தேன்.

அமைச்சர் பேச வந்தார்.

"புவியரசு அவர்களே, நான் உங்களைப் பார்க்கவே வந்தேன். என் மனைவியும் வர இருந்தாள். இன்று ஸ்ரீவில்லிபுத்தூரில் எங்கள் கட்டளை. அதனால் வர முடியவில்லை. சொல்லச் சொன்னாள். அப்புறம் ஒரு நாள் அவளுடன் உங்கள் வீட்டுக்கு வருகிறோம். நாங்கள் இருவரும் மிர்தாத் படித்தவர்கள். எந்த வாளாலும் காயப்படுத்த முடியாத காற்றைப் போல நீங்கள் எழுதியதுதானே? நாங்கள் மிர்தாத் படித்தவர்கள்தானே..." என்று சொல்லிவிட்டு மிர்தாத் பற்றியே பேசிவிட்டு, இறங்கிப்போனார்.

அவர் என்ன கட்சி, யார் என்பதுபற்றி எனக்கு ஒன்றும் தெரியாது. மிர்தாத் செய்த அற்புதம் அது.

மிர்தாதின் புத்தகம் எதைப் பற்றி? இது சொல்ல வருவது என்ன? ஏன் பலதரப்பு மக்களையும் இது கவர்கிறது? இதில் என்னதான் இருக்கிறது?

மிர்தாதின் புத்தகம் – ஒரு புதினம். ஹாரி பாட்டர் மாதிரி ஒரு மாயாஜாலக் கதை. அதற்குள்தான் அறிவுப் புதையல். இளைஞன் ஒருவன் மிக உயரமான, செங்குத்தான மலையேறிப் போகிறான். அது நோவாவின் காலத்தில் ஏற்பட்ட பெருவெள்ளத்தில் சிகரம் மட்டும் மூழ்காமல் நீட்டிக்கொண்டிருந்த அராரத் மலை.

ஓர் ஊன்றுகோலும், ஏழு ரொட்டித் துண்டுகளும் கொண்டு புறப்படும் அவன் படும்பாடு கொஞ்ச நஞ்சமல்ல. அந்த மலை நெட்டுக்குத்தானது. கரடுமுரடானது. எழுந்து விழுந்து, காயங்கள் பட்டு, தரையோடு கைகளால் ஊர்ந்து, மூச்சுத் திணறி ஒரு குகையை அடைகிறான்.

அவனது முயற்சிக்குக் காரணம், நோவாவின் கப்பல் கரை தட்டிய இடத்தை அடைவதுதான். மலையேற்றத்தின்போது பல அதிசயங்கள் நிகழ்கின்றன... குகை வாயிலில் மயங்கி விழுகிறான். ஒரு துறவி அவன் மயக்கத்தைத் தெளிவித்து, அவனுக்காக நூற்றைம்பது ஆண்டுகளாக அவர் காத்திருப்பதாகக் கூறுகிறார். அவனிடம் ஒரு புத்தகத்தைத் தருகிறார். அதுதான் மிர்தாதின் புத்தகம். உடனே அவர் கல்லாகிவிடுகிறார்.

அவர் பெயர் சமாதம். நோவாவின் கப்பல் கரை தட்டிய இடத்தில் ஒரு மடாலயம் அமைத்து வாழ்ந்து வந்த மரபினரில் ஒருவர் அவர். அந்த மடத்தில் ஒன்பதுபேர் மட்டும் இருக்கலாம். ஒருவர் மறைந்துவிட்டால், கடவுள்தான் ஒன்பதாவது ஆளை அனுப்ப வேண்டும்.

அப்படி ஒருவர் மறைந்தபோது, அந்தக் காலத்தில் கதவைத் தட்டியவர் மிர்தாத். ஆனால், அவர் பிச்சைக்காரன்போல் தோன்றியதால் மூத்தத் துறவி சமாதம் அவரை விரட்ட, மிர்தாத் பிடிவாதமாக இருந்து ஒரு பணியாளராக மட்டும் சேர அனுமதி பெறுகிறார். அங்கே அவர் மௌனவிரதம் பூண்கிறார்.

ஏழு ஆண்டுகள் கடந்தும், இறைவன் அனுப்பிய ஆள் கிடைக்கவில்லை. அதனால், மிர்தாதையே ஒன்பதாவது துறவியாக ஏற்கிறார்கள். பிறகு மிர்தாத், அடிவாரத்தில் உள்ள மடாலய நிலங்களை அந்தந்தக் குடியானவர்களுக்கே வழங்கிவிடுகிறார். மடாலயத்தில் முணுமுணுப்பு, குழப்பம் ஏற்படுகிறது.

அப்போது, மிர்தாத் தமது மௌனம் கலைத்துப் பேச ஆரம்பிக்கிறார். அவரது பேச்சையும். மற்ற நிகழ்வுகளையும் இளம் துறவி நரோண்டா எழுத்தில் பதிவு செய்கிறார். அதுதான் மிர்தாதின் புத்தகம்

அவரது அணுகல் முறை புரட்சிகரமாகவும், முற்றிலும் புதிதாகவும் அமைகின்றது.

பூமியில் தோன்றிய மக்களில் ஆதி மனிதன் நீண்ட காலம் வாழ்ந்தாலும், அவனைவிட அதிக காலம் வாழ்ந்தவன் மெத்தூசலா. இவன் 969 ஆண்டுகள் வாழ்ந்ததாக விவிலியம் கூறுகிறது. இவனுடைய பேரன்தான் நோவா. இவன் காலத்தில்தான் பெரு வெள்ளப்பெருக்கும், அராரத் மலை உச்சியில் கரை தட்டியபின் மடாலயம் அமைத்து வழிவழியாக வாழ்ந்து வந்தார்கள். அந்த மடாலயத்தில் ஒரு துறவியாக வந்து சேர்ந்த மிர்தாதின் சிந்தனைகளில் சில:

நியாயத் தீர்ப்பு நாள் எதுவெனக் கேட்டால்,

ஒவ்வொரு நாளும் மனிதனுக்கு நியாயத் தீர்வு நாளே.

கடவுள்–மனிதன் என்று இருமைப் படுத்தாதீர்கள். இருப்பதெல்லாம்: கடவுள் மனிதன், அல்லது மனிதக் கடவுள்.

மிர்தாதின் ஆதாம் உண்ட ஞானக்கனி பற்றிய விளக்கம் விவிலியத்திற்கு மாறானது.

மனிதன் பற்றுகின்ற பொருள்கள் எல்லாம் அவனையே பற்றிப் பிடித்துக்கொள்ளும். பற்று விடுங்கள். பற்றியவை பற்றற்றுப் போகும்.

கடவுளைத் தேடிச் செல்கிறவன், கடைசியில் கண்டுகொள்வது தன்னைத்தான்!

உமக்குப் பொருள்களின் ஆழம், அகலம் தெரியும். ஆனால், உமது சொந்த ஆழ அகலங்கள் தெரியவில்லையே.

உங்களை முட்டவரும் மாடு, நீங்கள் மனதில் அழைக்காமல் வருவதில்லை.

அன்பே, வாழ்வின் சாறு.

வெறுப்பு, மரணத்தின் கீழ் சிறந்த பேச்சு, ஒரு நேர்மையான பொய்! மோசமான மௌனம், ஒரு நிர்வாண உண்மை!

எந்த வாளாலும் காயப்படுத்த முடியாத சுதந்திரக் காற்றைப் போல் திகழுங்கள்.

இவ்வாறான மின்வெட்டுகள் நூல் முழுவதிலும் பளிச்சிடுகின்றன.

இது எந்த மதத்தையும் சாராத பொது ஞான நூல்! அதனால்தான் மதவாதிகள் இதைப் புறக்கணித்துவிட்டார்கள். எல்லாவற்றையும் மீறி, தன் புதிய சிந்தனைப் போக்கால் மேலே உயர்ந்து வருகிறது, மிர்தாதின் புத்தகம்.

* * *

வாய் பேசாதவன்

குவென்டின் ரெயினால்ட்ஸ்

நள்ளிரவு நேரம், மூடுபனித் திரை.

பக்கத்தில் வரும் ஆளைக் கூட அடையாளம் தெரிந்து கொள்ள முடியாது.

அந்த வின்னிபெக் ரயில்நிலைய நடைமேடையில் பதற்றத்துடன் காத்திருக்கிறாள் மிரியல், தன் கணவனது வருகைக்காக.

கம்பளிக் கோட்டுக்குள்ளும், கம்பளிக் குல்லாய்க் குள்ளும் குளிர் ஊடுருவி உடலை உலுக்குகின்றது.

ஒன்பது ஆண்டுக்கால நீண்ட இடைவெளி.

போருக்குப் போய்விட்டு உயிரோடு திரும்பிவருகிறானே. அதுவே போதும். ஆபத்தான விமானப் படைப் பிரிவில் பணியாற்றி மீள்வது எவ்வளவு பெரிய கொடுப்பினை.

அதோ ரயிலின் நீண்ட கூவல்.

எஞ்சினின் விளக்கு வெளிச்சம், பனித்திரையை ஊடுருவிக் கசிகிறது.

தடதடத்த பெரிய ஓசை. அவளது நெஞ்சத் துடிப்பு போல இதோ, வந்துவிட்டது.

ரயில் நீண்ட பெருமூச்சுவிட்டு நின்றது. ஒரு சிலர் மட்டுமே இறங்குவதுபோலத் தென்பட்டது. ஜார்ஜ் எங்கே? அதோ, அது அவரா?

பனிமூட்டத்தைக் கிழித்துக்கொண்டு ஓடினாள். ஜார்ஜ்தான். பெட்டிகளை அப்படியே போட்டுவிட்டு ஓடிவந்து, அவளைத் தழுவிக்கொண்டான். ஒன்பதாண்டுத் தவிப்பு.

திடீரென கணவனின் அலறல் கேட்டு விழித்துக்கொண்டு எழுந்தாள் மிரியஸ். ஜார்ஜ் படுக்கையில் உட்கார்ந்தபடி. தலையை இறுகப் பிடித்தபடி அலறினான்.

மிரியல் அரண்டுபோய் அவனைப் பிடித்து, "என்ன, என்ன ஆச்சு?" என்றாள்.

ஜார்ஜ். "டாரிக்னி, டாரிக்னி," என்றான்.

மிரியல் அவனை உலுக்கினாள்! "என்ன சொல்றீங்க? எது என்ன டாரிக்னி?" என்றாள்.

"அது, அது பிரஞ்சுக் கிராமம். அய்யோ! அந்த நர்ஸ்;" என்று மீண்டும் பதறினான் ஜார்ஜ்.

அவன் நிதானத்திற்கு வர, சற்று நேரம் பிடித்தது. திரு திருவென சுற்றுமுற்றும் பார்த்த ஜார்ஜ்க்கு, தான் எங்கிருக்கிறோம் என்பது மெல்லப் புலப்பட்டது. அவள் குளிர்ந்த நீர் கொண்டு வந்து கொடுத்தாள். ஜார்ஜ், நிமிர்ந்து உட்கார்ந்து சொல்ல ஆரம்பித்தான். அது அவன் கதை. அவள் அறியாத கதை. நடந்த கதை. தனிமனித சாகசக் கதை,

இந்த நிகழ்ச்சிப் பதிவைப் படித்துவிட்டு, இங்கிலாந்துப் பிரதமர் வின்ஸ்டன் சர்ச்சில், இத்தகைய சாகச வீரர்களுக்கு, நாடு மிகவும் கடமைப்பட்டிருக்கிறது. இந்தச் சிலரின் தியாகம் வரலாற்றுச் சிறப்பு மிக்கது. ஈடு இணையற்றது என்று போற்றினார்.

அந்தப் பதிவுதான், குவென்டின் ரெயினால்ட்ஸ் எழுதிய, 'The man wouldn't talk' என்ற நூல். ஜார்ஜ் இராணுவத்தில் சேர்ந்து, நாட்டுக்கு ஏதாவது செய்ய வேண்டும் என்று வலியச் சென்றவன்தான்.

அவனுக்கு எளிதில் வாய்ப்புக் கிடைத்துவிட்டது. அவன் லண்டன் இராணுவ அலுவலகத்திற்குச் சென்றபோது, அவனை விமானப் படைப் பிரிவுக்கு அனுப்பி வைத்தார்கள்.

ஒருவார காலம் என்ன பிரிவு, என்ன வேலை என்று தெரியாமல் ஜார்ஜ் தடுமாறினான். கடைசியாக ஒரு பெரிய அதிகாரி, அவனைத் தன் அறைக்கு அழைத்து அந்தத் திடுக்கிடும் காரியத்தை அவனிடம் சொன்னார்.

பிரான்ஸ் நாட்டு டாரிக்னி என்ற சிற்றூர் ஜெர்மானியர் வசமானபோது, அவர்கள் தேடித்தேடி இளைஞர்களைச் சுட்டுக் கொன்றார்கள்.

அது 1934ல், அப்போது அந்த ஊர் இளைஞன் பியேர் ஊரைவிட்டு ஓடிப்போனான். அவன் எங்கே போனான், என்ன ஆனான் என்பது யாருக்குமே தெரியவில்லை.

இப்போது போர் உக்கிரமாக நடக்கும் காலம். அவன் முகச் சாயல் ஜார்ஜின் முகச் சாயல்போல் இருந்ததால், பிரஞ்சு மொழியும் தெரிந்திருந்ததால் இவனை, அவன் இடத்தில் நட்டுவிட விமானப் படை உளவுப் பிரிவு முடிவு செய்திருக்கிறது. அதற்காக, ஜார்ஜுக்குப் பயிற்சி கொடுக்கப்படும்.

இது தான் அதிகாரி சொன்ன அதிர்ச்சித் தகவல்.

உற்சாகமாகச் சம்மதித்தான் ஜார்ஜ். அது வெளியில் சொல்லக்கூடாத இரகசிய ஏற்பாடு. மனைவிக்கும் கூடத் தெரியக்கூடாது என்பது நிபந்தனை.

இங்கிலாந்தின் ராயல் ஏர்போர்ஸ் படையின் உளவுப் பிரிவு அதிகாரி காலனல் பெக்கர்தான் அவனது ஆசிரியர்.

ஆசிரியரா அவர், சர்வாதிகாரி! மிகக் கடுமையானவர். "தம்பி! இது சினிமாவில் நடிப்பதுபோல அல்ல. கொஞ்சம் பிசகினால் உயிர்போய்விடும். இது மட்டும் அல்ல நமது உளவுப் பிரிவின் திட்டங்களும் அம்பலமாகிவிடும். அதனால், எப்போதும் சாவின் விளிம்பில் இருப்பதுபோல, மிகுந்த எச்சரிக்கையுடன் எப்போதும் செயல்பட வேண்டும்" என்று ஒரு பீடிகை போட்டுவிட்டுப் பயிற்சி ஆரம்பித்தார்.

அந்த லண்டன் குளிரில் காலை 6 மணிக்கே எழுந்துவிட வேண்டும். கடுமையான உடற்பயிற்சிகள். பேச்சு பிரஞ்சு மட்டும். அது, அந்த டாரிக்னி ஊர் வட்டார வழக்கில்தான் பேச வேண்டும்.

"கையை இப்படி வைத்துக்கொள். வலது கை சாப்பிடும்போது, கொஞ்சம் நடுக்கம் இருக்க வேண்டும். தடுமாற்றத்தில் ஒவ்வொரு முறையும் தண்ணீர் தம்ளரைத் தட்டிவிட வேண்டும். வாயை இப்படிக் கோணலாக வைத்துக் கொள். வலப்பக்கம், கீழுதடு, இப்படி இப்படி... இந்தக் கிராமத்து உடைதான்... உன் அப்பா, அம்மா, இன்னார். மனப்பாடம் செய்துகொள். நீ படித்த பள்ளி. உன் பிறந்த தேதி... உன் விளையாட்டு நண்பர்கள்... உன் விருப்பமான விளையாட்டு தடுமாறிப் பேசு... மாட்டிக்கொண்டால், ஒரே வசனம் 'ழீ நே செபா' எனக்குத் தெரியாது என்று பொருள். தெரியும்தானே? அதை இப்படிச் சொல்! இப்படி உட்கார். இப்படி நட..."

திடீரென்று அர்த்தராத்திரியில் அவனை எழுப்பி "யார் நீ? உன் பெயரென்ன?" என்று கேட்பார்கள். ஜார்ஜ் இப்போது டாரிக்னியின் பியேர் ஆக மாறிவிட்டதால், அதைத்தான் சொல்ல வேண்டும். அதை இப்படி உச்சரிக்க வேண்டும் என்பது இரண்டாம் பாடம்.

'சத்தமில்லாமல், பின்னால் பாய்ந்து, கழுத்தைப் பிடித்து இப்படி – இப்படி நசுக்கிக் கொல்ல வேண்டும். துப்பாக்கிக் கூடாது. கத்தி நல்ல மௌன ஆயுதம். அதை இங்கே வைத்திருந்து, இங்கே செருகி, இப்படித் திருகி இப்படிக் கொல்ல வேண்டும்.' என்பது மூன்றாம் பாடம்.

இரவுபகலாக நடந்தன பாடங்கள். அவன் ஊரை மறந்தான். மனைவியை மறந்தான். பியேர் ஆகிப் போனான். அது ஆகும்வரை அவனது ஆசிரியர் விடவே இல்லை.

கடைசியில் ஒருநாள் இரவு அவனை நல்ல தூக்கத்தில் எழுப்பிக் கேட்டபோது, அவன் பியேர் ஆக மாறிப் போனது தெரிந்தது.

அப்புறம் அவனை வெளியே பல இடங்களுக்கு அழைத்துச் சென்று சோதித்தார்கள். பேச்சு, நடைமுறை எல்லாம் கச்சிதமாக அமைந்த பிறகு, ஜார்ஜைக் களத்தில் இறக்கினார்கள்.

களம் அந்த பிரஞ்சு நாட்டு சிற்றூர் டாரிக்னி. அவன் பியேர். அந்த ஊரில் செத்துப் போனவர்களும், ஓடிப் போனவர்களும் போக மிச்சமிருக்கும் சிலரும் அவனுக்கு மிகவும் வேண்டியவர்கள். அவர்களைப் பற்றி ஜார்ஜுக்குத் தெரியும். பியேர்பற்றி அவர்களுக்கும் தெரியும். உடல் மெலிந்த பியேர் எடுத்துச்செல்ல ஒரு கனத்த பை. உடம்பெல்லாம் எஞ்சின் ஆயில் பூசப்பட்டு ஓர் அழுக்குச் சட்டை...

இப்படி வேடம் மாற்றப்பட்டு தயாராக்கப்பட்டான் ஜார்ஜ்.

ஒருநாள் அவனிடம் சொன்னார் ஆசிரியர். "தம்பி, நாளை இரவு நீ புறப்படத் தயாராக இரு" என்று சொல்லி, அவன் செயல்படப் போகும் இடம்பற்றித் துல்லியமாகச் சில விவரங்களை எடுத்துச் சொன்னார். அது நான்காம் பாடம்.

அப்புறம் அவன் களமிறக்கப்பட்டான்..!

விமானத்தில் அழைத்துச் செல்லப்பட்டு, குறிப்பிட்ட இடத்தில் "குதி!" என்றார் ஆசிரியர். அவன் குதித்தான் பாராசூட்டில். விழுந்த இடம் புதிதாக உழப்பட்ட ஒரு நிலம்.

அப்புறம், ஆசிரியர் அவன் மூளைக்குள்ளிருந்து பேச ஆரம்பித்தார். நான்காம் பாடத்தை! "நீ நிற்கும் இடம் புதிதாக உழப்பட்ட ஒரு நிலம். உன் பாராசூட்டை நன்றாகச் சுருட்டிக் கொண்டு, வடக்கே போ?"

போனான்.

"ஒரு வேலி தெரிகிறதா? அங்கே பாராசூட்டைப் புதை, அப்புறம் அதைக் கடந்து 100 அடி போ!"

போனான்.

"அங்கே இரண்டு பண்ணை வீட்டு ஷெட்டுகள் இருக்கும். பெரிய ஷெட்டின் பின்பக்கம் போ."

போனான்! ஒரு கதவு இருந்தது.

"கதவைத் தள்ளு". உள்ளே பதினைந்து ஏணிப்படி. "அதில் ஏறு."

ஏறினான்.

"அங்கே ஒரு படுக்கை உள்ளதா? அதில் ஏறிப் படுத்துக் கொள். தூங்கு!"

தூங்கினான்! அப்படியோர் அசதி.

விடியற்காலை 6 மணி. சட்டென விழிப்பு வந்தது. உடலில் ஒரு நடுக்கம்.

இனி என்ன?

ஆசான், மூளைக்குள் விழித்துக்கொண்டு பேசினார்.

"ஒரு விசில் சத்தம் கேட்கும்வரை அப்படியே படுத்திரு! அந்த விசில், லாமார்சலீஸ் என்ற பிரஞ்சு தேசிய கீதம். அது கேட்டதும் எழுந்து கீழே போ. ஒரு தடித்த பெண்மணிதான். விசிலடித்ததும் அவளைக் கட்டிப்பிடித்துக்கொள். 'மதாம். திபா!' என்று உற்சாகமாகச் சொல்! அவள் உன் நண்பனின் தாய்."

செய்தான்.

"அட பயடுலெ எங்கடா போயிருந்தே இத்தனை நாளா! வா, வா! இந்த அடையாள கார்டை வச்சுக்க... வா, என் பின்னால்" என்றாள் அந்த அம்மா.

அந்த அம்மையார் வீடுதான் அவனுடைய அடைக்கல மையம். அன்றே. கார்கள் பழுது பார்க்கும் ஷெட்டில் வேலை கிடைத்துவிட்டது. உரிமையாளர் லாவெல், வாடா என்று சாதாரணமாகச் சொல்லி அவனைச் சேர்த்துக்கொண்டார்.

அங்கு வேலையே இல்லை. எந்த வாகனமும் பழுது பார்க்க வரவில்லை. ஊர் பிரதான சாலையோரம் இருந்தும் போக்குவரத்தே இல்லை. ஊரும் வெறிச்சோடிக் கிடந்தது.

மறுநாள் ஞாயிற்றுக்கிழமை கோயில் மணி மெல்ல ஒலித்தது. பயந்துபோனதுபோல ஜார்ஜ் கோயிலுக்குப் போனான். அங்கே மொத்தம் எட்டுப் பேர்தான் இருந்தார்கள். பாதிரியாரையும் சேர்த்து.

ஊரார் அவன் திரும்பி வந்ததற்குத் தம் மகிழ்ச்சியைத் தெரிவித்துக் கொண்டார்கள். எல்லாம் சிக்கனமாக இரண்டொரு வார்த்தைகளில், 'ஓர் அசாதாரண மௌனம் அங்கே நிலவியது.'

அன்று ஒரே ஒரு ஜீப் வந்தது. ரிப்பேர் ஷெட் முன் நின்றது. அது ராணுவ ஜீப். உரிமையாளர் லாவெல் பவ்வியமாகச் சென்று "என்ன உதவி வேண்டும்?" என்று பவ்வியமாகக் கேட்டார். அதற்கு அந்த ஜீப்பில் வந்த அதிகாரி, ஜார்ஜை சுட்டிக் காட்டி. "யார் அவன்? புதுசா இருக்கே!" என்று அதட்டலுடன் கேட்டான்.

"அய்யா, அவன் இந்த ஊர்க்காரப் பயதான். ஓடிப் போயிட்டு இப்ப திரும்பி வந்திருக்கிறான். பேரு பியேரி கொஞ்சம் லூசு..." என்று சமாளித்தார்.

அதிகாரி அவனை உற்றுப் பார்த்துவிட்டு நகர்ந்தான். ஜார்ஜ் கீழ் உதட்டில் ஜொள் ஒழுக்கியபடி கிறுக்கன் மாதிரிப் பார்த்துக்கொண்டிருந்து, தன் பாத்திரத்தினை ஒப்பேற்றினான்.

அந்த ஊரில் உள்ள சிலரில் ஓரிருவர் தன்னைப்போல தலைமறைவு உளவாளிகளாக இருப்பார்களோ எனச் சந்தேகம் ஜார்ஜுக்குத் தோன்றியது.

அது விரைவில் உண்மையாயிற்று. பலர் மறைமுகமாக அவனுக்கு உதவினார்கள்.

மாதாகோயில் பாதிரியார்கூட, இயேசுவின் சிலுவைக்குப் பின்னால், ஒரு இரகசிய ரேடியோ தொடர்புக் கருவி வைத்திருந்தார்.

ஜார்ஜுக்கு வேலைகள் நிறைய இருந்தன. பகலில் ஓர்க் ஷாப் எடுபிடி இரவுகளில், வானத்திலிருந்து இறங்கும் தேவர்கள்போல, பாரசூட் வழி வரும் வீரர்களை வரவேற்று உரிய இடங்களுக்கு அனுப்பி வைப்பது. அப்படி 7ஆண்களை வான்வழி வரவேற்று வழியனுப்பி வைத்தான் ஜார்ஜ்.

ஒருநாள் அவனுக்கு ஓர் இரவுப் பணி ஒதுக்கப்பட்டது. இன்னொருவர் வழிகாட்ட 7 மைல் தொலைவிலிருந்த ஜெர்மனியின் ராணுவக் கிடங்கைத் தகர்ப்பது. அங்கே விமான எதிர்ப்பு பீரங்கிள் பொருத்தப்பட்ட 70 பெரிய டிரக்குகள் இருந்தன. மற்றும் பெட்ரோல், டீசல் டாங்குகள், எண்ணெய்ப்

பீப்பாய்கள், ஏராளமான வெடிகுண்டுகள், ஒரு வட்டவடிவ பாதுகாப்பு அடைப்புக்குள் வைக்கப்பட்டிருந்தன.

அதைத்தான் அவன் தகர்க்க வேண்டும்.

நள்ளிரவில் ஒரு பாலத்தருகே அவன் காத்திருந்தான். மிதி வண்டியில், இருளில் வந்தார் ஒருவர். இவனது அருகில் வந்ததும் ‘ஏறு பின்னால்’ என்றார் கரகரத்த குரலில்.

ஜார்ஜை ஏற்றிக்கொண்டு, வெடிகுண்டுகளுடன் சென்றது மதாம் பவோ என்ற 60 வயது மூதாட்டி.

அவர்களின் சைக்கிள் வெடி மருந்து கிடங்கிற்குச் சற்று முன்பே நிறுத்தப்பட்டது. “நீ இங்கேயே இரு! என்று சொல்லிவிட்டு, வெடிப்பொருள்கள். டைம்பாம் முதலியவை அடங்கிய கனமான பையுடன் இருளில் மறைந்தார் மூதாட்டி. 15 நிமிடத்தில் காலிப் பையுடன் திரும்பி வந்தார்.

‘உட்கார்!’ என்று ஜார்ஜை ஏற்றிக்கொண்டு அழுத்தினார் அவர். 5 கி.மீ. தூரம் வந்த பிறகு, வெடிச்சத்தம் கேட்டது. சுற்றுப் புறங்களை எல்லாம் கிடுகிடுக்க வைத்துக் கிடங்கு முழுவதும் நாசமாயிற்று.

டாரிக்னிக்கு அருகே, பாலத்தருகில் இறக்கி விட்டுவிட்டு, சைக்கிளில் இருளில் மறைந்தார் அந்த மூதாட்டி.

சத்தமில்லாமல் வீட்டில்போய்ப் படுத்துக்கொண்டான், ஜார்ஜ்.

மறுநாள் வேட்டை தொடங்கியது. சுற்றுப் பக்கத்து கிராமங்களின் ஆட்களை எல்லாம் லாரிகளில் ஏற்றிக்கொண்டு போனார்கள் ஜெர்மானியர்கள்.

ஆனால், அந்த மூதாட்டி பிடிபட்டபோது, “இது என்ன... வயிற்றில் கட்டி வைத்திருக்கிறாய்?” என்று ஜெர்மன் சார்ஜென்ட் கேட்டபோது, அம்மையார் சிரித்துக்கொண்டே பாவாடையைத் தூக்கிக் காட்டி, ஒரு பின்னை அழுத்தினார். அடுத்த கணம், அவளும் அந்த நான்கு சார்ஜென்ட்டுகளும் துண்டு துண்டாகச் சிதறிப் போனார்கள்.

ஒட்டுமொத்தமாக அனைவரையும் அள்ளிக்கொண்டு போய் விசாரணை செய்ததில் ஜார்ஜ் நிலைகுலையாமல் இருந்தான்.

யார் குண்டு வைத்தது? என்ற கேள்விக்கு, "ழீ நே செபா!" என்ற ஒரே பதில்தான் அவனிடமிருந்து வந்தது. எந்தக் கேள்விக்கும் அதுவே அவன் பதில்.

அப்புறம்தான் சித்ரவதை ஆரம்பமாயிற்று. கொடூரமான முறைகள்... விதவிதமான முறைகள்...

"அட பன்றிப் பயலே என்னடா உன் பெயர்."

"ழீ நே செபா!"

"யார் வெடிவைத்தது நாயே?"

"ழீ நே செபா!"

அடிதடியெல்லாம் கிடையாது. அதெல்லாம் சாதாரணக் குற்றவாளிகளுக்காக ஒதுக்கப்பட்டவை.

இவன் ஸ்பெஷல், லூஸ்மாதிரி நடிக்கிறான். இவனை லேசில விடக்கூடாது என்று, கட்டிவைத்து, நகக் கண்களில் ஊசிகளை ஏற்றினார்கள். ஒவ்வொன்றாக நிதானமாக! நினைத்தால் உடல் பதறும். விரல்கள் அலறும். ஆனால், ஒவ்வொரு சோதனையின்போதும் அவன் பியேர் ஆக இறுகிக்கொண்டிருந்தான்...

அடுத்த சித்ரவதை, அவன் கையை ஒரு கிடுக்கியில் வைத்து ஒரே நசுக்கு.

ஐந்து விரல்களும் உடையும் சத்தம் கேட்டது. அவன் அலறவில்லை. கை ஏற்கெனவே மரத்துப் போயிருந்தது. சோதனைகளில் சலித்துப்போன சார்ஜென்ட் அடுத்தது என்ன? என்று கேட்டான். அதற்கு இன்னொரு அதிகாரி அடுத்த அறைக்கு அழைத்துப் போ! என்றான்.

அடுத்த அறையில் கிட்டத்தட்ட கடைசிச் சோதனை! ஒரு கெட்டிலில் தண்ணீர் கொதித்துக்கொண்டிருந்தது. அவன் வாயை ஓர் இடுக்கியால் பிளந்து, வாயில் கொதிக்கும் நீரை ஊற்றினார்கள்.

ஓர் அலறலில் அவன் மயங்கினான். கிடந்தான் பியேர். வாய் வெந்து, குடல் வெந்து மயங்கிக்கிடந்த அவனைத் தூக்கிப் போய் அறையில் போட்டுவிட்டார்கள். இரண்டுநாள் அப்படிக் கிடந்த பிறகு கடைசியிலும் கடைசியாக ஓர் அறைக்குத் தூக்கிச் சென்று ஒரு கட்டிலில் குப்புறப் படுக்கவைத்தார்கள்.

அப்புறம்தான் வந்தாள் அழகான நர்ஸ். அவள் சிரித்துக் கொண்டே இருந்தாள்.

ஒரு சார்ஜென்டால் அவனது கால்கள் பிரித்துக் கட்டப்பட்டு அவனது ஆசன வாயில் சூடாக ஏதோ செலுத்தப்பட்டது. வாசனையில் தெரிந்தது, அது கந்தக அமிலம் கலந்த வெந்நீர்! அவன் பயங்கரமாக அலறினான்.

அவள் சிரித்தபடியே கேட்டாள்: "அந்தப் பாலங்களையெல்லாம் குண்டு வைத்துத் தகர்த்தது நீதானே? உன்கூட இருந்தது யார்?"

அவன் பதில் அதேதான். "ழீ நே செபா!"

உடல் முழுவதும் தகதகவென எரிந்தது. இயற்கை ஓர் அற்புதத்தைச் செய்கிறது... தாங்க முடியாத வேதனை வரும்போது மயக்கத்தை உருவாக்கிவிடுகிறது. உடல் செய்யும் அற்புத நிவாரணம் அது.

அவன் மயங்கினான். "கிறுக்குப் பிடித்த பன்றிப் பயல்!" என்று திட்டிவிட்டு, அவனைத் தூக்கிக் குப்பை மேட்டில் எறிந்துவிட்டார்கள்.

குற்றுயிரும் குலையுயிருமாகக் கிடந்த அவனைப் பிரஞ்சு உளவுப் பிரிவினர் தூக்கிச் சென்றார்கள். ஒரு மருத்துவர் சிகிச்சையும் கொடுத்து உயிர் காத்தார். ஆனால் உடல் உள்ளே வெந்துபோயிருந்தது.

கடைசியில் ஒருநாள் இரவு விடுதலை கிடைத்தது. ஒரு ஹெலிகாப்டர் வந்து அவனைத் தூக்கிச் சென்றது.

அவனுடைய மன உறுதி, வைராக்கியம் கண்டு. இராணுவத் தலைவர்கள் வியந்தார்கள். எப்படியும் காப்பாற்றிவிட பெரிய மருந்து நிபுணர்கள் சிகிச்சை அளித்தார்கள்.

பல நாட்கள் அவன் பேசவே இல்லை.

கடைசியாக அவன் விழிப்பு நிலைக்கு வந்துவிட்டான் என்று கருதி. “எப்படி இருக்கிறது?” என்று கேட்டார் டாக்டர்.

அவன் பதில்: “மீ நே செபா!”

உனக்கும் பே பே! உங்க அப்பனுக்கும் பே, பே! என்பது போல ஆயிற்று.

ஜார்ஜ், இன்னும் பியேர் ஆகவே இருந்தான்.

அதிகாரிகள் அதிர்ந்து போனார்கள்.

இனி என்ன செய்வது? அவனைப் பின் வாழ்க்கைக்கு எப்படித் திருப்புவது?

கடைசியில், அதே பழைய முறைதான்.

பிரஞ்சில் பேசாதே! ஆங்கிலத்தில் மட்டும் பேசு! ஏன் கையை அப்படி ஆட்டுகிறாய்? என்று அவனைப் பழைய ஜார்ஜ் நிலைக்குக் கொண்டுவர பிரிட்டன் விமானப்படையின் உளவுப் பிரிவு படாதபாடுபட்டது.

இதற்கு ஆறுமாதம் பிடித்தது. அப்புறம்தான் அவன் நடந்த கதையைச் சொன்னான், இராணுவ அதிகாரிகளிடம்.

இப்போது மனைவியிடம் இங்கே!

* * *

'எரிந்தது ரயில் பெட்டியல்ல அனுமான்ஜியின் வால்!'

பிரவீண் தொகாடியா

யார் வைத்த தீ?

'முன்னை இட்ட தீ முப்புரத்திலே
பின்னை இட்ட தீ தென்னிலங்கையில்
அன்னை இட்ட தீ அடிவயிற்றிலே
யானும் இட்ட தீ மூழ்க, மூழ்கவே!'

பட்டினத்தார் இட்ட தீ தாயை எரித்தது.

தொகாடியா இட்ட தீ தாயகத்தையே எரித்தது!

தீ வைத்த பிறகு தொகாடியா அருளுரை வழங்கினார்:

"இந்த நாடு காந்தியடிகளைப் பின்பற்றுகிறது. அதனால்தான் இந்த அளவோடு நின்றுவிட்டது. பிப்ரவரி 28 அன்று நாம் காந்தியடிகளைப் பூட்டி வைத்துவிட்டோம். முஸ்லீம்களே, உங்களை நீங்கள் திருத்திக்கொள்ளுங்கள். இல்லாவிட்டால் காந்தியடிகளை நாங்கள் என்றென்றும் மறந்து விடுவோம்!"

பகிரங்கமாக அவர் விட்ட எச்சரிக்கை இப்படியாக இருந்தது!

அப்புறம் என்ன 'லங்காதகனம்' தான்.

ஆயிரக்கணக்கில் முஸ்லீம்கள் கொன்று குவிக்கப்பட்டனர்.

காவல்துறை காவல் இருந்தது. கண்கண்ட சாட்சியமாக; அரசு, அனுமன் சேனையை ஆசீர்வதித்தது.

ஆண், பெண், முதியவர், இளையவர், குழந்தைகள் எல்லாரும் துரத்தித்துரத்திக் கொல்லப்பட்டனர். உயிரோடு எரிக்கப்பட்டனர்.

முன்னாள் காங்கிரஸ் எம்.பி. அசன் ஜாஃப்ரியும் அவரிடம் அடைக்கலம் அடைந்த 30 பேரும் குல்பர்காவில் உயிரோடு எரித்துக்கொல்லப்பட்ட கதை நமக்கு முன்பே தெரிந்ததுதான்.

கர்ப்பிணியான ஓர் இளம் பெண்ணின் வயிற்றைக் கிழித்து, பச்சைச் சிசுவை சூலத்தின் முனையில் குத்திவைத்து "ஜெய் ஹனுமான்" என்று விண்ணதிர கோஷம் போட்டு ஊர்வலம் சென்ற அதிபயங்கரக் காட்சியும் நம் கண்களில் பதிந்துவிட்டது.

இதற்கெல்லாம் மூல காரணம் என்ன? யார் வைத்த தீ?

ஆற்றிலே செந்நீர் பெருக்கெடுத்து ஓடுவதைக் கண்ட சபர்மதி ஆசிரமம் ஹேராம் என்று சொல்லி உயிரைவிட்டது! உலகமெல்லாம் 'அகிம்சையை' விதைத்து விட்டுப்போன, காந்தியடிகள், தாம் பிறந்த மண்ணில் எதை விதைத்துவிட்டுப் போனார்? நமது கேள்விகளுக்கெல்லாம் விடைகாண முற்பட்டது 'தெகல்கா' என்ற புலனாய்வு ஏடு.

பாரதப் புண்ணிய பூமியின் அடியாழ நாற்றங்களைத் தோண்டி எடுத்து வெளியே போட்ட புரட்சிகரமான ஆங்கில ஏடு அது.

நாட்டுப்பற்று மிக்க, வீர நெஞ்சம் கொண்ட சில இளைஞர்களால் துவக்கப்பட்ட ஏடு அது.

அது குஜராத் கலவரங்கள் அரங்கேறி முடிந்து 10 ஆண்டுகள் கழிந்த பின், தனது துணிவு மிக்கச் செய்தியாளரான ராணா அயூப் என்ற வீராங்கனையை அனுப்பிவைத்தது.

குஜராத்தின் ரத்தச்சேறு இன்னும் காயாத நிலையில், எரியும் வீடுகளின் புகை கலையாத நிலையில், அப்பாவி மக்களின் ஓலம் அடங்காத நிலையில், உயிரைப் பணயம் வைத்து அங்கே சென்றவர் ராணா அயூப்.

திகிலான நிகழ்வுகளை, அவற்றை நடத்திய மேல்மட்ட அதிகாரிகளை ‘மைதிலி’ என்ற பெயரில், மாறுவேடத்தில் நேரில் பேட்டி கண்டு எழுதப்பட்ட எரியும் ஆவணம்தான் ‘குஜராத் கோப்புகள்’ என்ற இந்த அற்புத நூல். யாரும் இதை வெளியிடத் துணியாத நிலையில் ‘குஜராத் ஃபைல்ஸ்’ என்ற இந்த ஆவணப் பதிவை ராணா தானே வெளியிட நேர்ந்தது.

இதனைத் துணிவுடன் தமிழில் வெளியிட்ட பெருமை பாரதி புத்தகாலயத்துக்கு உரியது. ச.வீரமணி அவர்கள் மொழியாக்கத்தில் இப்போது இது நம் கரங்களில் எரிந்து கொண்டிருக்கிறது.

இவ்வாறான துணிச்சலான வெளியீடுகளே ஒரு பதிப்பகத்திற்குப் பெருமை சேர்ப்பவை.

* * *

ராணா, மைதிலி என்ற பெயரில் மைக் என்ற பிரஞ்சு இளைஞன் உதவியுடன் குஜராத் பற்றி ஓர் ஆவணப்படம் எடுக்க அமெரிக்காவிலிருந்து வந்ததாகச் சொல்லி, தனது ஆபத்தான பயணத்தை மேற்கொண்டு சம்பந்தப்பட்டவர்கள் வாய்மொழி, மூலமாகவே பல திடுக்கிடும் உண்மைகளை வெளிக்கொண்டு வந்திருக்கிறார்.

நிலையாக ஓரிடத்தில் தங்கமுடியாமல், எப்போதும் ஒரு பதைபதைப்புடன் அதிகார வட்டாரங்களில் சுற்றியலைந்திருக்கிறார் ராணா. எங்குச் சென்றாலும், தனது ரகசிய ஒலிப்பதிவுக் கருவி, வீடியோ முதலியவற்றைத் தம் ஆடைக்குள் மறைத்தவாறே அவர் துணிந்து நேர்காணல்களை நடத்தியிருக்கிறார். ராணாவின் தோற்றம், இனிமையான குரல், பழகுவதில் நேசபாவம், அமெரிக்க உச்சரிப்பில் ஆங்கிலம் – என்பது போன்ற பல அம்சங்களால், அவருக்கு எளிமையாகச் சந்திப்புகள் கிடைத்திருக்கின்றன.

கடைசிவரை அவரை யாருமே சந்தேகப்படவில்லை. ராணா நேர்காணல்கள் பெரும்பாலும் காவல்துறை மேலதிகாரிகள் என்பதை அறியும்போது நமக்குத் திகைப்பாக இருக்கிறது.

கலவரக்காரர்களுக்குத் தலைமை தாங்கிச் சில அமைச்சர்களே, நரவேட்டையாடிய சம்பவங்களை விவரிக்கிறார் ராணா.

அங்கே வந்த காவல் அதிகாரிகள் அவர்களுக்கு 'சல்யூட்' அடித்துவிட்டு, 'பாதுகாப்பும் அளித்திருக்கிறார்கள்', கொலைகாரர்களுக்கு!

* * *

ராணா அயூப் – 'மைதிலி தியாகி' என்ற பெயரில், ஜீன்ஸ் பேன்ட்டும், டி சர்ட்டும் அணிந்த நாகரிக இளம் பெண்ணாக, தனது நீண்ட தலைமுடியையும் கிராப்பாக வெட்டிக்கொண்டு அகமதாபாத் களத்தில் இறங்கினார். ஆண்டு 2010, கொடூர சம்பவங்கள் நடந்து முடிந்த பின், நீதித்துறை கொஞ்சம் கொஞ்சமாக அழிக்கப்பட்ட நிலை அது. அப்போது முதல்வர் நரேந்திர மோடியைக் கொலை செய்ய வந்ததாகப் பொய்யான குற்றச்சாட்டில் இஸ்ரத் ஜகான் என்ற இளம்பெண்ணும், அவருடன் இருந்த மற்ற மூன்று ஆண்களும் 'என்கவுன்ட்டரில்' கொல்லப்பட்டு, பரபரப்பாகப் பேசப்பட்ட காலம் அது.

ராணா முதலில் நேர்காணல் மூலம் கிரிஷ் சிங்கால் மூலம் வெளிப்படுத்தியதில் ஓர் உண்மை வெளிவந்தது.

தாழ்த்தப்பட்ட அல்லது தலித் காவல் அதிகாரிகள் பலர் அழிப்பு வேலைகளில் முன்னின்றார்கள். கடைசியில் விசாரணைக் கமிஷன் அமைக்கப்பட்டபோது, அவர்கள் குற்றம்சாட்டப்பட்டு பதவி இறக்கம், நீக்கம், சிறை என்ற நிலைக்குத் தள்ளப்பட்டனர். பலர்மீது வழக்கு விசாரணைகள் தீவிரமாக நடைபெற்றன.

ஆனால், அரசு அவர்களைக் கைகழுவிவிட்டுத் துரோகம் செய்தது! அவர்களுக்கு எந்த உதவியும், ஆதரவும் கிடைக்கவில்லை! இவர்கள் செய்த பல கொலைகளை உச்ச நீதிமன்றம் 'போலி என் கவுன்ட்டர்கள்' என்று முத்திரை குத்திவிட்டது.

ஆனால், மோடி, குஜராத்தை அன்னியப் படையெடுப்பிலிருந்து காப்பாற்றிய இரட்சகர் என்று புகழப்பட்டார்.

எல்லாமே நீண்ட காலத்திட்டத்தின்படி செய்யப்பட்ட அழித்தொழிப்பு வேலைகள். 2002ல் திடீரென இஸ்லாமியர் எதிர்ப்பு தோன்றிவிடவில்லை. "முஸ்லீம்கள் ஆதிக்கத்தில் இருந்தார்கள். அவர்களால் கொல்லப்பட்டு வந்த இந்துக்கள், பழிவாங்கும் முறையில்தான் 2002ல் தாக்குதல் நடத்தினார்கள். அது ஒரு பழிக்குப்பழிதான்" என்கிறார் சிங்கால்.

அந்தக் காலத்தில் குஜராத்தில் ஓர் அதிகாரி மனசாட்சியுடன் வாழ்வது சிரமம் என்ற உண்மையை ராணா தெளிவாகச் சொல்கிறார்.

கொடிய செயல்களில் ஈடுபட்ட, வன்சரா, பாண்டியன். அமின், பர்மர் போன்ற பல காவல்துறை அதிகாரிகள், 'கீழ் சாதியினராக' இருந்ததால், அவர்கள் பயன்படுத்தப்பட்டு, பின்னர், கைகழுவப்பட்டவர்கள்!

ஆகவே, மதவெறி மட்டுமல்லாமல், சாதிவெறியும் உள்ளூர அழுத்தமாக மறைந்திருக்கிறது. அங்கே முதல்வர்தான் எல்லாம், மற்ற அமைச்சர்கள் பெயரளவில் அமைச்சர்கள், அவ்வளவுதான். வெறும் ரப்பர் ஸ்டாம்புகள்.

நினைவுக்கு வருகிறதா, தமிழ்நாடு?

சோனியா காந்தி குஜராத்தில் "அதிகாரிகள் மரண வியாபாரிகள்" என்று குறிப்பிட்டார். மோடி அதைத் திரும்பத் திரும்பச் சொல்லிப் பெருமைப்பட்டுக் கொண்டார்!

அதற்குப் பிறகு ராணா சந்தித்தது ராஜன் பிரியதர்சி, இவரும் ஒரு தலித். சிங்காலுக்கு மேலே இருந்த அதிகாரி, "கிராமத்தில் ஒரு நாவிதன்கூட தாழ்த்தப்பட்ட தலித் அதிகாரிக்கு முடி வெட்ட வரமாட்டான்" என்று நொந்துபோய்ச் சொல்கிறார் இவர். சாதிய ஏற்றத்தாழ்வு அங்கே ஒரு வெறியுடன் வளர்த்தெடுக்கப்பட்டு வந்திருக்கிறது.

இந்த ராஜன் பிரியதர்சி, குஜராத் மாநில பயங்கரவாத எதிர்ப்புக் குழுவின் டைரக்டர் ஜெனரல்!

* * *

பின்பு உள்துறை அமைச்சராக இருந்த அமித்ஷா, சிறையில்.

ஆனால் அவர் அமைச்சராக இருந்தபோது, தன் வீட்டில் நள்ளிரவுக் கூட்டங்களை நடத்தினார் அதிகாரிகள் கூட்டம் அது. குற்றம் சாட்டப்பட்டுச் சிறையில் இருந்த ஒரு காவல் அதிகாரியைக் கொன்றுவிட வேண்டும் என்று கேட்டுக்கொண்ட மனிதர்!

நரேந்திர மோடியின், முஸ்லீம் படுகொலைகளுக்குக் காரணமாக இருந்து செயல்பட்டவர் இவர். இப்போது இவர் தலைநகரில் என்னவாக இருக்கிறார்?

சட்டத்திற்குப் புறம்பாகச் செயல்பட முடியாது என்று சொன்ன காவல் அதிகாரிகள், முதல்வராலும், மேல்சாதி அதிகாரிகளாலும் பொய்க்குற்றச்சாட்டில் உள்ளே தள்ளப்பட்டார்கள்!

“இதுவொரு மதவெறி மற்றும் ஊழல் அரசாங்கம்!” என்று பிரியதர்சி பகிரங்கமாக ராணாவிடம் கூறுகின்றார்

இவருக்குக் கீழ் பணியாற்றியவர்தான் துணிவுமிக்க சிங்கால், மறைக்கப்பட்ட இஸ்ரத் ஜகான் குழு என்கவுன்ட்டர் விவகாரத்தை வெட்ட வெளிச்சத்திற்குச் கொண்டுவந்தவர் இவரே. அதனால், ஒட்டுமொத்த குஜராத் மாநிலமே மாட்டிக்கொண்டது.

“இந்தியா மிகவும் ஒரு பூரணத்துவமற்ற பரிசோதனை சாலையாகத்தான் இருக்கிறது” என்பது ராணாவின் கணிப்பு

“கலவரங்கள் நடைபெற்ற சமயத்தில் பணியிலிருந்த குஜராத் உள்துறைச் செயலர், காவல்துறைத் தலைவர். காவல்துறை, ஆணையர், உளவுத்துறையின் தலைவர் ஆகியோரைப் பார்த்துக்கொண்டிருந்தேன், ஒவ்வொரு நாளும் என் தலை சுற்றியது” என்பது ராணாவின் வெளிப்பாடு.

அடுத்து ராணா சந்தித்தது, காவல்துறை அதிகாரி உஷா.

இவரைச் சந்தித்த, நெருக்கம் கொண்டு நள்ளிரவில் அலைந்த சம்பவங்கள் சுவையாக திகில் கதைபோல் விரிகின்றன.

“முஸ்லீம் மேலதிகாரிகள், முக்கிய அமைச்சர்களைக் கொன்று குவிக்க வேண்டும்” என்று சொன்ன கூட்டத்தில் உஷா இருந்திருக்கிறார்.

ஓர் இஸ்லாமிய ஐ.ஏ.எஸ் அதிகாரி, "அய்யா, என்னைக் காப்பாற்றுங்கள்" என்று தொலைபேசியில் அலறிய நிகழ்வு, மதவெறியின் கொடூரத்தை எடுத்துக்காட்டுகிறது.

அங்கேதான் அமைச்சர் ஒருவர் தலைமையில் சூறையாடப்பட்ட நிகழ்வு நடத்திருக்கிறது.

பின்னால், அங்கே எதுவுமே நடைபெறவில்லை. "எதுவும் நடக்காதவாறு பார்த்துக்கொள்ளுங்கள்" என்று காவல் அதிகாரிக்கு உத்தரவு வருகிறது

பஜ்ரங்தள், விசுவ இந்து பரிஷத், அனுமன் சேனா, ஆர்.எஸ்.எஸ் போன்ற பல்வேறு அமைப்புகள் நடத்திய சூறாவளியில் நாடே கிடுகிடுத்துக் கலங்கியது.

2002 கலவர காலங்களில் உள்துறைச் செயலாளராக இருந்த ஜி.சி.ரெய்கர் என்பவரை ராணா பேட்டி கண்டு ஒரு முக்கியமான கேள்வியைக் கேட்கிறார்.

"எல்லாவற்றிற்கும் மோடிதான் பொறுப்பு என்கிறார்களே?"

"அதைப் பற்றிப் பேச என்னைத் தூண்டாதே. இப்போதுதான் அதிலிருந்து விடுபட்டு நான் மீண்டும் வெளியே வந்திருக்கிறேன்!" என்று நடுக்கத்துடன் கூறுகிறார் ரெய்கர்!

'ஒரு மசூதி'யில் ஒளிந்திருந்த முஸ்லீம் குழந்தைகளைக் காப்பாற்றியதற்காகவே ராகுல் சர்மா பழி வாங்கப்பட்டார்' என்றும் இவர் கூறுகிறார்.

மிகக் கடுமையானவராகக் கருதப்படும் பி.சி. பாண்டேயின் நேர்காணல், பல திடுக்கிடும் உண்மைகளை வெளிக்கொண்டு வருகிறது. முதல்வர் மோடி ஆர்.எஸ்.எஸ்.க்கு மிகமிக நெருக்கமானவர் என்பதையும் இவர் பகிரங்கமாக ஒப்புக்கொள்கிறார்.

இந்த வரலாற்றுப் பதிவின் முக்கியமான அம்சமே, பலப்பல உண்மைகள் தெள்ளத்தெளிவாகப் பேசப்பட்டன என்பதுதான்.

'அமெரிக்காவிலுள்ள குஜராத்திகள் மகிழ்ச்சியடையும் விதத்தில்தான் ராணாவின் ஆவணப்படம் அமையப்போகிறது' என்ற நம்பிக்கையில்தான் உயர் அதிகாரிகள் பகிரங்கமாகப் பேசியிருக்கிறார்கள்!

பிறகு, கலவரக் காலத்தில் காவல்துறை மேலதிகாரியாக இருந்த சக்ரவர்த்தியை, பம்பாயில் அவரது வீட்டிலேயே சந்திக்கிறார் ராணா.

அந்தச் சந்திப்பு ஆபத்தானது என்று அவள் இல்லத்தார் எச்சரித்தும் ராணா கேட்காமல் துணிந்து செல்வது சுவையான நிகழ்ச்சி. முன்னாள் எம்பி, அசன் ஜாஃப்ரி கொல்லப்பட்டபோது பதவியில் இருந்தவர் அவர். குஜராத் கலவரம் இயல்பான ஒன்று என்றும், 1969 முதல் பல கலவரங்கள் நடைபெற்று வந்ததையும் அவற்றில் பல்லாயிரக்கணக்கான முஸ்லீம்கள் கொல்லப்பட்டதையும் பற்றி சக்ரவர்த்தி ஒப்புக்கொள்கிறார்.

கஜினியும், பாபரும் இந்தியாவின் மீது படையெடுத்து சோமநாதபுரத்துக் கோயிலை இடித்துக் கொள்ளையடித்தார்கள் என்ற வெறுப்பு பல காலமாக இந்துக்களிடையே விதைக்கப்பட்டு வந்ததையும் அவர் பகிரங்கமாக ஒப்புக்கொள்கிறார்.

எல்லாவற்றிற்கும் பின்னணியில் இருந்துகொண்டு இயக்கியவர் மோடி. ஆனால், அவர் சி.பி.ஐ. விசாரணையில் எவ்விதக் குற்றச்சாட்டும் இல்லாமல் விடுவிக்கப்படுகிறார். இதுதான் இந்திய ஜனநாயகச் செயல்பாடு. எத்தனையோ அதிகாரிகள் பலிகடா ஆக்கப்பட்டு, அந்த அநீதியின் மேல் அரியணையை அமைத்துக்கொண்டு அரசாட்சி நடத்திய உண்மை வரலாற்றின் ஒரு பகுதிதான் இந்தக் குருதிக்கறை படிந்த புத்தகம்.

நீண்ட காலத் திட்டமிடுதலில் நடந்தேறிய பச்சைப் படுகொலைகளைப் பதைக்கப் பதைக்கச் சொல்கிறது ராணா அயூப்பின் உண்மைச் சித்திரம்.

பின் பின்குறிப்பு:

கூட்டம் கூட்டமாய்ப் படுகொலை செய்யப்பட்டார்கள் என்பது ஒரு பொது உண்மை. ஆனால், எப்படி எப்படிக் கொல்லப்பட்டார்கள் என்பதை நுட்பமாகக் கவனித்தால், இதற்கு முன் எங்கோ கேள்விப்பட்டதுபோல் தெரியும்!

அந்த ‘எங்கோ’ என்பது இத்தாலியில்; அதற்கு முன்பு இட்லரின் கொலை முகாம்களில். இத்தாலிய மகாகுரு முசோலினியிடம் பாடம் கற்றுக்கொண்டு வந்தவர்கள்,

கொஞ்சமாய்க் குஜராத்தில் செய்துபார்த்த பரிசோதனைகள்தான் அந்தக் கொலைகள்.

அரைக்கால் சட்டை, கருப்புத் தொப்பி, நெஞ்சில் முஷ்டியை வைத்து முழங்குதல், அணிவகுப்பு முறை, முன்னால் கை நீட்ட, ஹெய்ல் இட்லர் என்பதுபோல முழங்குதல் எல்லாம் நாஜிபாணிதான். அது இங்கே இறக்குமதியானது

அந்த முசோலினி கடைசியில் தன் மனைவியுடன், நிர்வாணமாய், சாலையோர மரக்கிளையில் தலைகீழாகத் தொங்கிச்செத்தான் என்பதும் ஒரு வரலாற்றுக் காட்சி!

* * *

நான் யார்?

பழைய கேள்வி - புதிய விடை

மாணிக்கவாசகர்தான் முதலில் கேட்டவர், ஆயிரத்து ஐநூறு ஆண்டுகளுக்கு முன்பு. அவருக்கு எளிதான விடை கிடைத்துவிட்டது. அதை அருளியவர், திருப்பெருந்துறையில், கல்லால மரத்தின்கீழ் எழுந்தருளியிருந்த குரு வடிவான தட்சணா மூர்த்தி; வானோர் பிரான்.

ஆனால், ரீச்சர் டாக்கின்சுக்குக் கிடைத்த விடை முற்றிலும் வேறானது. முரணானது. டாக்கின்சுக்கும் ஒரு குரு உண்டு. அவர் பரிணாமத்தின் தந்தை சார்லஸ் டார்வின். டாக்கின்ஸ் என்ன சொல்கிறார்?

நீ அற்பம்; புழு! என்கிறார். இதை அவர் அறிவியல் ரீதியாக நிரூபிக்கவும் செய்கிறார் நம்மால் மறுக்க முடியாதபடி. இதுவரை இவரது கண்டுபிடிப்புக்கு எவராலும் மறுப்புச் சொல்ல முடியவில்லை!

ரிச்சர்ட் டாக்கின்சும் ஓர் அற்பப் புழுதான். ஆனால் அற்பத்திலிருந்து தோன்றிய அற்புதம். நாமெல்லாம்கூட அற்புதங்கள்தான். அற்பப் புழுவிலிருந்து தோன்றிய மாபெரும் அற்புதங்கள்.

மனிதன் – ஆ! என்ன அற்புதமான சொல்! என்று சேக்ஸ்பியரும் சொன்னார்; மாக்சிம் கார்க்கியும் சொன்னார். ஆனாலும், மூலப் பரம்பொருள் என்னவோ அற்பம்தான். இதை

நினைவில் கொண்டால், ஒப்புக்கொண்டால், மண்டை கனக்காது.

'இந்தப் பூமி நம்முடையது. ஆனால், நமக்கு முன்னே, கோடானுகோடி புழுப் பூச்சிகள் இந்தப் பூமியில் பிறந்து சொந்தம் கொண்டாடின. கடைசியாக வந்தவன்தான் மனிதன். இவனுக்கு இந்த மண்ணின் மீது, கடைசி உரிமை மட்டுமே; மூலவர்கள், முதல்வர்கள் அனுபவித்து மிச்சம் வைத்த எச்சில் மட்டுமே! அதனால் சும்மா அலட்டிக்கொள்ள வேண்டாம்' என்று அழுத்தம் திருத்தமாகச் சொல்லவந்தார் டாக்கின்ஸ்.

டாக்கின்சின் சிந்தனை, உலகைப் புரட்டிப்போட்ட அந்தப் புத்தகம் 'த செல்ஃபிஷ் ஜீன்' அதாவது 'சுயநல ஜீன்'. மிக விரிவான ஆராய்ச்சி. சுவையான சான்றுகள். என்றாலும் நாவல் படிப்பதுபோல் படித்துவிட முடியாது. கொஞ்சம் நிறுத்தி நிதானித்துப் படிக்க வேண்டும். கற்க வேண்டும்.

நமக்கு அதற்கெல்லாம் ஏது நேரம்? எடப்பாடியில் இடறி விழுந்து, பிக் பாஸில் எழுவதற்கே நேரம் போதவில்லை. என்றாலும், கொஞ்சம் சுயபுராணம் படிக்கலாமே! சுய புராணம்தான் நமக்குப் பிடித்த விஷயமாயிற்றே!

ஆனால், இந்தச் சுயம், ரொம்பப் பழைய சுயம். 40 லட்சம் கோடி ஆண்டுகளுக்கு முற்பட்ட சுயம். சரியாகச் சொன்னால், அதற்கும் ரொம்ப முன்னால் கால எல்லை கடந்ததொரு காலத்திலிருந்து தொடங்க வேண்டி இருக்கிறது. மிக நீண்ட பயணம்! பின்னுக்குப் போக வேண்டிய பயணம்.

பாருங்கள். இவ்வளவு பீடிகை தேவைப்படுகிறது. அதனால், பேராசிரியர் மணி அவர்களிடம் ஒரு வேண்டுகோள் வைத்தேன். "கொஞ்சம் விளக்கிச் சொல்லுங்கள். அனைவரும் தமது ஆதி மூலத்தைத் தெரிந்துகொள்ளட்டுமே!" என்றேன்.

மணி அவர்கள், எந்தக் கடினமான அறிவியல் நுட்பத்தையும், மிக எளிமையாக நகைச்சுவையாகச் சொல்ல வல்லவர். பெரிய அறிவியல் கோட்பாடுகளை இப்படிக் கீழ் இறங்கி வந்து கொச்சைப்படுத்தலாமா. என்றெல்லாம் கவலைப்படமாட்டார். கவுண்டமணி, வடிவேலு ஜோக்குகளை வைத்தே விளக்கி விடுவார். அவரது கைவண்ணத்தில் சிறிதாக மலர்ந்துள்ள

கவிஞர் புவியரசு | 45

இந்தப் பூதான் நான் யார்? ஜீனா, உடலா? என்ற அருமையான அறிவியல் விளக்கப் புத்தகம்.

அதிர்ச்சிக் குறிப்புடன்தான் ஆரம்பமாகிறது.

'நாமெல்லாம் குருட்டுத்தனமாகப் புரோக்கிராம் செய்யப்பட்ட அணு மூலக்கூறான சுயநல ஜீன் இயந்திரங்களே!' (ரோபோக்களே!)

இந்த உண்மையைத்தான் ரிச்சர்ட் டாக்கின்சின் த செல்ஃபிஷ் ஜீன் என்ற மகத்தான புத்தகம் நிறுவுகிறது. பரிணாமத்தின் ஆரம்பக்கட்டம் அது. உயிர் தோன்றாத காலம் அது. உயிரே இப்பூமி மீது இல்லாத காலம் ஒன்று இருந்தது. அப்புறம்தான் உயிர் தோன்றியது.

எதிலிருந்து உயிர் தோன்றியது? புரதங்களிலிருந்து அமிலங்களிலிருந்து எப்படித் தோன்றியது? விடையில்லா வினா இது. இரசாயனக் கலவையும், அதன் விளைவும், புதிய தோற்றமும், சொல்லுக்கடங்காதே அதன் சூரத்தனங்களெல்லாம்! அந்த இரசாயனப் பொருள்களின் தோற்றம்கூட பூமித்தாயின் பிள்ளைகளே! அவள் தோற்றுப் பெறவில்லை. பிரக்ஞையில்லாமல் பெற்றவை அவை.

எதற்கும் தாயின் கதையையும், ஒரு பாராவில் சொல்வதுதான் நியாயம்.

நான் பிறந்த கதை சொல்லவா? வளர்ந்த கதை சொல்லவா? என்று பூமித்தாய் கேட்டால், அவளது பிறந்த கதையும், வளர்ந்த கதையும் மட்டுமல்லாமல், அவள் பெற்ற கதையும் நம்மால் சொல்லிவிட முடியும். அப்பேற்பட்ட அதிசய அற்புத அதிமானுடப் பிள்ளைகள் நாம்!

அவள் சூரியனின் புதல்வி.

அந்தத் தாயுமான தந்தையை விட்டுப் பிரிந்து வெகு தொலைவு போய், சுற்றித் திரிந்து சூடாறி, புகை கவிந்து, குளிர்ந்து பல லட்சம் ஆண்டுகள் விடாது மழை பொழிய, மேனி குளிர்ந்து, உட்சூடு பொங்கி எழுந்து, எரிமலைகளாய்ப் பூமிமேனி பிளந்து மேலே எரிகுழம்பாய்ப் பெருகி அது சூடாறி, சகதியாகி, அந்தச் சகதிச் சேற்றில் உதித்த, இரசாயனக் கலவைகளின் தாறுமாறான சேர்க்கையில் நீராகி உதித்தது ஆதி.

அந்த ஆதிக்கு உயிர் இல்லை! அப்புறம்தான் மெல்ல உயிர்ப்புத் தோன்றியது. இயக்கக் கலவையில் தோன்றிய உயிர்ப்பில் உயிர் என்னும் துடிப்புத் தோன்றியது. அந்த ஆதி உயிர்ப்பிற்குள் இருந்த அதே உயிர்தான் இன்று நமக்குள்ளும், சகல ஜீவராசிகளுக்குள்ளும், செடிகொடி முதலான தாவரங்களுக்குள்ளும் துடித்துக்கொண்டிருக்கிறது. உடல்களின் ஒவ்வொரு அணுவிலும். சினிமாவில் காட்டப்படும் வெள்ளை ஆவிபோல அல்ல!

நாம் அப்புறம் பரிணமித்தோம் கடைசியாக கொஞ்சம் கொஞ்சமாக. அமீபா முதல் டைனோசர் வரை அந்தக் காலத்தில் பூமி மீது மனிதனே இல்லை. இயற்கைத் தேர்வு மூலம், நாம் உருவானோம். நம் உடலின் பாதங்கள்கூட தேவைக்கேற்றபடி தேர்வு செய்யப்பட்டு, உருவாயின. அதுவாகவே எந்த ஆளின் துணையும் இல்லாமலேயே ஆண்டவ ஆண்டவிகளின் ஆசீர்வதிப்புகள் இல்லாமலேயே! இயற்கைத் தேர்வு என்ற சொல்லே உயிரியல் மந்திரம்! நமது உடல்கள் ஜீன்புரிகள்... வையாபுரி மாதிரி அல்ல தர்மபுரி மாதிரி, நம் உடல் ஒரு நகரம்.

நாம் அனைவரும் ஜீன் இயந்திரங்கள்: பிழைப்புக் கருவிகள். ஜீன்கள் தன்னகலிகள். எஜமானன் தன்னகலிகள். நம் உடம்பு சேவகன். தன்னகலியின் ஒரு சிறு பகுதி பல்லாயிரம் ஜீன்களின் ஒரு தன்னகலி ஆகும். ஜீனின் இயல்பே தன்னை நகலெடுப்பதுதான். அது தானாகவே இயல்பாக நிகழ்வது. தன்னைக் காப்பாற்றிக்கொள்ள அடுத்த சந்ததி மூலமாக அது தன்னையே தக்க வைத்துக் கொள்கிறது. தன் இயல்பாக நிகழ்வது. தன் இயல்பை அது அடுத்த சந்ததிக்குக் கைமாற்றிக் கொள்கிறது. இதைத்தான் சுயநலம் என்று சொல்கிறார்கள்.

ஆனால் இந்தச் சுயநலம் பிரக்ஞைபூர்வமாக நினைத்துச் செய்யப்படுவதல்ல இயல்பாக நிகழ்வது. தேகம் என்னும் பெட்டியைச் செய்யும் விஷயத்தில் இன்னொரு பெயர் ஜீனோம்!

ஜீனின் இயல்பு தன்னை நகலெடுத்தது என்றால் அது முழுசாக நிகழ்வது. பிள்ளையார் சதுர்த்தியின்போது பிள்ளையார் உருவங்களை முழுசாக வார்த்தெடுத்தல்போல. ஆனால், பரிணாம வளர்ச்சியில் பிரதியெடுத்தல் புழுப்புச்சி, தாவரம், விலங்கு, பறவை, மனிதன் என மெல்ல உருவாகும்

போது உடலில் எல்லாம் மாறுகிறது. கடைசியாகக் கருப்பையில் வைத்துக் காப்பாற்றி நகலெடுக்கும் அளவுக்கு வளர்ச்சி பெற்றிருக்கிறது ஜீன்.

பெர்னாட்ஷா தமது மெதுலாவுக்கு திரும்பு என்ற நாடகத்தில் ஒரு காட்சி. ஒரு பெரிய மேடையில் ஒரு பெரிய முட்டையைச் சரியான நேரத்தில், ஒரு சிறிய சுத்தியல் கொண்டு ஒரு தாதி உடைக்க, ஒரு பதினாறு வயதுப் பெண் பிறந்து பேசவும் செய்கிறாள். அப்படி ஒரு கற்பனை! உண்மையின் அடிப்படையில்.

ஆதி உயிரனங்களிலிருந்து புதியதொரு வாழ்க்கை முறை கொண்ட உயிரொன்று தோன்றியது. அப்புதிய உயிரி தாவரங்கள்! இத்தாவரங்களிலிருந்து இதைத் தின்றே வளர்ந்த இன்னொரு உயிர், மிருகக் கூட்டம்.

ஜீன்கள் பிரதியெடுக்கும்போது, பிழைகள் தோன்றின. அச்சுப் பிழைபோல ஆயின. அவ்வகைப் பிழைகளே பல்வேறு வடிவங்கள், நூற்றுக்கணக்கான கால்கள் கொண்ட, மரவட்டை (உலக்கைப் புழு) முதல் கால்களே இல்லாத பாம்புவரை.

எல்லாமே ஜீனின் திருவிளையாடல்கள். எல்லாமே மூளையில்லாமல், சிந்தனையில்லாமல், திட்டமில்லாமல் பரிமாணம் கொண்ட தன்னிச்சையான – இயல்பான மாற்றங்கள்.

மனிதனுக்குக்கூட மூளை, சிந்தனை, கற்பனை, படைப்பாற்றல், கோபதாபங்கள் எல்லாம் கொஞ்சம் கொஞ்சமாகத் தோன்றியவை, மூளை நுட்பமாக வளர்ந்த பிறகுதான் நரம்புகளின் தொடர்பும் அதன் வழியாக மூளைக்கு தகவல் செல்லும் நுட்பமும் பிறகு மூளை கட்டளை அனுப்பும் முறையும் படிப்படியாகத் தோன்றின.

ஆதி மனிதனுக்குக் காயம் ஏற்பட்டால் அது காயம் மட்டுமே. வலியை உணர மூளைக்குச் செல்லும் நரம்புத் தொடர்பு இல்லை.

கடல் சிப்பி, நத்தை போன்றவற்றிற்கு மூளை கிடையாது. தூண்டுதல் ஏற்பட்டால் உடனே அனிச்சை செயலாக நேரடியாக அது செயல்படும்.

ஜீன்களின் செயல்கள் யாவும் கெமிக்கல் விளைவுகளே. அவை செல்களின் உயிர்க் கூழில் நடைபெறுகின்றன. பரிணாமத்திற்கு அவசரமே இல்லை. நிதானமாக மாற்றிக்கொள்ள, பூமியில் நிறைய காலம் இருக்கிறது.

"நாற்பதாயிரம் லட்சம் ஆண்டுகளுக்கு முன் தோன்றிய தன்னகலிகள், தட்டுத்தடுமாறித் தப்பிப் பிழைத்து, மாற்றங்கள் ஏற்றுக்கொண்டு இன்று மனிதனாகித் தன் சரித்திரத்தை இங்கே எழுதிக்கொண்டிருக்கிறது. இன்னொன்று இதைப் படித்துக் கொண்டிருக்கிறது," என்று அழகாக எழுதுகிறார் பேராசிரியர் மணி.

ஒவ்வொரு உடம்புக்குள்ளும் குறிப்பாக நமது உடம்புக்குள்ளும் பாதுகாப்பு பந்தோபஸ்துடன் தங்கியிருக்கும் தன்னகலி, வெளியுலகை அறிவதற்கு ஐம்புலன்களும் நடமாடுவதற்கு ஐந்து செயல் கருவிகளையும் இவற்றை இணைத்து இயக்குவதற்கு உள்ளம் என்னும் மனதையும் ஏற்படுத்திக்கொண்டது. எது? அது நீங்களும் நானும்தான் என்று தெளிவுபடுத்துகிறார் பேராசிரியர்.

நாம் அனைவரும் ஒரு தாய் மக்கள் பூமித்தாயின் புதல்வர்கள் என்பதை அறிவியல் மூலம் ரிச்சர்ட் டாக்கின்ஸ் தெளிவுபடுத்துகிறார்.

நாம் அனைவரும் ஜீன் இயந்திரங்கள்;

பிழைப்புக் கருவிகள்! என்பது அறிவியல் வாக்கு.

இந்த அடிப்படையில் ஆதி ஜீன்களான தன்னகலிகளின் தியாகம்கூட தன்னலமே. இந்தத் தன்னலம் நம் சாதாரண பொருளில் அர்த்தப்படுத்திக்கொள்ளக்கூடாது இந்த அம்சம் மிக நுட்பமானது.

ஆக்ரமிப்பு அதிகாரம் எல்லாமே இதன் விளைவுகள் முடிந்தால் தன் இனத்தையே பலியிடும்: அல்லது சாப்பிட்டுவிடும்.

கலைவாணர் பாடினாரே 'மனுஷனை மனுஷன் சாப்பிடுறாண்டா தம்பிப்பயலே!' என்று

அது வேறு வடிவில் நிகழ்ந்துகொண்டிருக்கிறது... தியாகம், சுரண்டல், ஒத்துழைப்பு... என்று பல்வேறு பெயர்களில்...

ஜீன் என்பது ஒரு தூண்டுதல் டி.என்.ஏ, மூலக்கூறு.

நீங்களும் நானும் பல்லாயிரம் பல்லாயிரம் சுயநல ஜீன்களின் தொகுப்புகள்தான். சுயநலமான ஜீன்களின் கைப்பாவைகள் நாம்! அவ்வளவுதான் விஷயம்.

கடவுள் என்று ஒன்று இருந்தால் சாத்தான் என்று ஒன்று வேண்டாமா?

முரணின்றி வளர்ச்சி ஏது? அந்த முரண்தான் மீம் என்பது! கம்ப்யூட்டரில் விளையாடுவது போன்றது இந்த மீம் இந்த மீம் மூளையைச் சாப்பிடும்.

மூளையில் பல உதவாக்கறை விஷயங்களை, இல்லாத கடவுள், புராண அதிசிய அற்புதங்களை உருவாக்கி நம்மை முடக்குவது இந்த மீம். அடக்கடவுளே ஆமாம் இதெல்லாம் மீம் கடவுளின் வேலை.

இன்னும் இருக்கின்றன விஷயங்கள்! வேண்டாம் சாமி! எங்களை விட்டுவிடுங்கள் தாங்காது என்கிறீர்களா?

உண்மைதான்! இது மீம் வேலை!

சும்மா பரமண்டலங்களில் இருக்கும் பிதாவிடம் பிரச்சனையை விட்டுவிடுங்கள். அவர் பார்த்துக்கொள்வார்.

இத்தனை ஆய்வுகள் வேண்டுமா?

ஒரே ஒரு ஜீம்பூம்பா! போதும் அவருக்கு ஓர் ஆதாமும் ஏவாளும் உருவாக்கிவிட்டு ஏதேன் தோட்டத்தில் விட்டுவிட்டால் அவர்கள் பார்த்துக்கொள்ள மாட்டார்களா? எல்லாக் காரியங்களையும்..?

* * *

வட்டக் குழியில் சதுரச் சட்டம்

போப்பாண்டவர் செத்துப்போனார்!

ஊகூம் அப்படிச் சொல்லப்படாது. கர்த்தருக்குள் நித்திரை அடைந்தார் என்றோ, மறைந்தருளினார் என்றோ, இறைவன் திருவடி நிழலை அடைந்தார் என்றோ, பரலோக பிராப்தி அடைந்தார் என்றோ தான் சொல்ல வேண்டும்.

அதுதான் மரபு.

ஆனால் இந்த நாவலாசிரியர் 'மோரிஸ் வெஸ்ட்' கொஞ்சமும் நாகரிகம் இல்லாமல் The Pope was Dead! என்று தனது நாவலை பளிச்சென்று ஆரம்பிக்கிறார். 'ஆண்டவர் அவரை மன்னிப்பீராக!' ஆனால் எவர் மன்னிப்பைப் பற்றியும் கவலைப்படாமல் மோரிஸ் 1999ல் போய்ச் சேர்ந்துவிட்டார். ஆண்டவரிடமோ, சாத்தானிடமோ அல்லது அலங்கார சவப்பெட்டிக்குள்ளோ (நியாயத் தீர்ப்பு நாள் வரும் வரைக்கும்)

என்னத்துக்கு ஒரு பெரிய மனுஷன் சாவைப் பற்றி இப்படி விரிவுரை எல்லாம் எழுத வேண்டும்.

அதுவும் போப்பாண்டவர் சாவு சாதாரணமானதா என்ன?

அவரது ஆட்சியின் கீழ் எத்தனை கோடி ஆடுகள் போப்பாண்ட்வரைப் பற்றி இன்னும்

கொஞ்சம் சொல்லிவிட்டுத்தான் அவரது 'சவ' அடக்கம்பற்றிப் பேச முடியும்.

போப்பு சொந்தகாலில் நிற்க முடியாதவர்! அவரது கால்கள் திடமாக இருந்தாலும்கூட!

அப்படியானல் அவர் யார் காலில் நிற்பார்!

'காலில் அல்ல' காலணியில்!

புனித பீட்டரின் காலணியில்!

பீட்டரை 'பேதுரு' என்றே தமிழனாக்கி விட்டார்கள் தமிழ் விவிலியத்தின் மூலவர்கள்.

வாழ்க தமிழ்!

சரி அப்படி என்றால் அந்தச் சீடன் பீட்டர் யார்?

அதுதான் நமக்கு அதிர்ச்சி தருவது. 'ஆனந்தமும் தருவது.'

பீட்டர் இயேசு பெருமானின் சீடர்களில் ஒருவர் இயேசுவைவிட மரியாதைக்குரிய இந்தப் பீட்டர் அப்பர் கிளாஸ் ஆசாமியோ?

இல்லை, ஏமாந்து போவீர்கள்.

பீட்டர் ஒரு மீனவர்!

'அய்யோ' என்பீர்களோ, 'அடடா' என்பீர்களோ அது உங்க புத்தியைப் பொறுத்தது.

உலகையே கட்டியாளும் போப்பரசர் நிற்பது ஒரு மீனவனின் காலில்!

வத்திக்கானில் உள்ள பிரதான தேவாலயமும் 'செய்ன்ட் பீட்டர்ஸ் கதீட்ரல் தான்!'

இது இயேசு தேவனின் ஆலயமல்ல! பீட்டரின் தேவாலயம்! அவ்வளவு புனிதமான மனுஷ்யன் பீட்டர். இதைவிட மகாபுரட்சி என்ன இருக்க முடியும்.

அந்தப் பீட்டரின் காலின் காலணியில்தான் மகா போப்பாண்டவர்கள் எல்லோரும் நின்று ஆட்சி புரிந்தார்கள். இப்போதும் ஆட்சி புரிந்து வருகிறார்கள் கிறிஸ்தவ உலகம்

முழுவதையும். இந்த நாவலின் பெயரே, அதுதான் ‘த ஸூஸ் ஆஃப் த பீமிஷர்மேன்.’

போப்பாண்டவரின் மரணச் செய்தி கேட்டு அப்படியா என்றதைத் தவிர உலகம் கண்ணீர்விட்டு அழவில்லை காரணம். அவர் மக்களோடு எவ்விதத் தொடர்பும் இல்லாமல் மதபீடத்தில் அமர்ந்து ஆட்சி செய்துகொண்டிருந்தவர். ஆனால், சர்வ வல்லமை பெற்றவர். உலக வல்லரசுகளும் (கிறித்தவர்) அவரது ஆணையை மீறிவிட முடியாது.

இப்போது வத்திக்கானில் (வாட்டிகன்) தலைக்குமேல் உள்ள பிரச்சனைக்கு ஒரு புதிய ஆளைத் தேர்ந்தெடுப்பதுதான். எல்லா நாடுகளிலிருந்தும் கிறிஸ்தவ மதத் தலைவர்கள் ரோமபுரியை நோக்கி விரைந்து கொண்டிருந்தார்கள். அவர்களில் ஒருவர்தான் புதிய போப்பாகத் தேர்ந்தெடுக்கப்படுவது வழக்கம். பெரும்பாலும் அவர் ஓர் இத்தாலியராகவே இருப்பது வழக்கம். நிர்வாக சவுகரியத்திற்காக! வத்திக்கான் நிர்வாக அமைப்பு மூத்த பாதிரியார்கள் புதிய போப்பைத் தேர்ந்தெடுப்பது குறித்து விவாதித்துக் கொண்டிருந்தார்கள்

உலகம் நாளுக்குநாள் படுமோசமாகிக் கொண்டுவருகிறது. இளைஞர்கள் மதத்தைப் புறக்கணிக்க ஆரம்பித்துவிட்டார்கள். பலர் ஹிப்பிகளாக மாறிக்கொண்டு வருகிறார்கள். அமெரிக்காவும் ரஷ்யாவும் எப்போதும் மோதிக்கொண்டே இருக்கின்றன. சீனாவின் அச்சுறுத்தல் இன்னொரு பக்கம். பல நாடுகள் சுதந்திரம் பெற்று சொந்த உற்பத்தியில் இறங்கிவிட்டன. வல்லரசுகளின் சந்தை சரிவதால் பல சதிகளில் அகப்பட்டுத் திணறுகின்றன. அணிகள் பிரிகின்றன. தென்னமரிக்கா கண்டம் சிவப்பாகி வருகிறது. ஐரோப்பாவில் பல நாடுகள் ஏற்கனவே சிவப்பாகிவிட்டன.

தேவாலயங்கள் சமய அமைப்புகள் வெறிச்சோட ஆரம்பித்துவிட்டன.

எனவே, உடனடியாக ரோமாபுரியின் மதபீடம் வலுவாக்கப்பட வேண்டும். வத்திக்கானின் நாற்காலி ஆட்டம் கொடுக்கக்கூடாது எனவே ஆட்சிக்குழு புதிய சிந்தனையில் பரபரப்பாக ஆலோசித்தது.

இனிய இத்தாலியப் போப்பு வேண்டாம். பெரும்பாலும் விவசாய குடும்பத்திலிருந்து வரும் அவர்களுக்கு உலக நிலை சரியாகப் புரிவதில்லை.

புதிய விவகாரங்களுக்குப் புதிய வழிகள் காண, வெளியில் தேடுவோம் என்ற எண்ணம் பரவலாக எழுந்து கொண்டிருந்தது.

அவர்களில் ஒரு ஆள் மட்டும் வித்தியாசமாக காணப்பட்டார். அவர் ஒரு பிஷப் போலவே தோன்றவில்லை. கரடுமுரடான உடல். முரட்டுத்தனமான முகம். முகத்தில் காயங்களின் வடுக்கள்.

உண்மையில் அவர் பாதிரியார்தானா?

இந்தச் சந்தேகங்களுக்குக் காரணம் அவர் வந்தது சோவியத் ரஷ்யாவிலிருந்து. அடிதடிகளுக்குத் தயங்காத ஓர் அடியாளின் முரட்டு உருவம்! நிர்வாகத்தினர் அவரை 'சிஸ்டைன்' சேப்பலுக்கு அழைத்துப் பேசச் சொன்னார்கள். மற்ற பிஷப்புகளுக்கு முன்னால் அவர் பேசினார். கரகரத்த முரட்டுக்குரலில்.

பல நாட்டு மதத்தலைவர்களும் அதிர்ந்து போனார்கள். என்பது வயதிற்கு மேல் உள்ளவர்கள் தொண்ணூறு வயதைக் கடந்தவர்கள்கூட இருந்தார்கள். ரஷ்யாக்காரரர் மட்டுமே மிக இளையவர். அதாவது ஐம்பது வயதுக்காரர்.

அவர் தம் அகத்தை விரித்து அப்படியே அந்த கூட்டத்தின் முன் வைத்தார்.

"சகோதரர்களே என் பெய கிரில் லக்கோட்டா இந்தப் புனித சபையில் நான் கடைசியாக வந்து கலந்து கொண்டவன். நிர்வாகத் தலைவர் அழைப்பின் மீது வந்தவன் நான் உங்களுக்கும் புதியவன். என் மக்கள் எல்லாம் சிதறடிக்கப்பட்டபின் நான் தனித்து நின்று பதினேழு ஆண்டுகள் கடும் சிறைவாசம் அனுபவித்துவிட்டு வந்திருக்கிறேன்.

உங்களோடு இருக்க எனக்குத் தகுதியும் இல்லை. மரணத்தின் பள்ளத்தில் வாழ்பவருக்காகவும், இருளில் கரைந்து காணாமல் போனவர்களுக்காகவும் நான் பேச வேண்டும். நாம் கூடி இருப்பது அவர்களுக்காகவே! நமக்காக அல்ல...

இந்த அமைப்பைத் தலைமை தாங்கி நடத்திய முதல் மாமனிதர் இயேசு பெருமானோடு இணைந்து நடந்த முதல் சீடர். தம் குருவைப் போலவே சிலுவையில் அறையப்பட்டவர். இயேசுவையே போன்றவர்! நம்மிட மாபெறும் அதிகாரம் இருக்கிறது. நாம் தேர்ந்தெடுக்கப்போகும் தலைவருக்கு மேலும் அதிகப்படியான அதிகாரங்களை நாம் வழங்க முடியும். ஆனால், அவர் மக்களின் வேலைக்காரனாக மட்டுமே செயல்பட வேண்டும். எஜமானராக அல்ல.

அருட் சகோதர, சகோதரிகள், பாதிரியார்கள், பிஷப்புகள் என யாராயினும் சரி முழு அர்ப்பணிப்புக் கொண்டவர்கள். நமது விசுவாசமும், அர்ப்பணிப்பும் மக்களிடமாகவே இருக்க வேண்டும். மக்களுக்காகவே இருக்க வேண்டும். ஏனென்றால் இந்த மக்களே இயேசுவின் அன்பான ஆட்டுக்குட்டிகள்.

நோய்நொடிகளாலும் துன்ப துயரங்களாலும் வாட்டும் வறுமையாலும் இரவு பகலாக மனிதன் அழுதுகொண்டிருக்கிறான். பெண்களும் குழந்தைகளும் வேதனைப்பட்டுப் புலம்பிக் கொண்டிருக்கிறார்கள். அவர்கள் மேய்ப்பரை இழந்துவிட்டவர்கள்!

நாம்கூட அப்படித்தான் மக்களை இழந்து விட்டவர்கள்; நல்ல மேய்ப்பவர்களாக இல்லாமற் போனவர்கள்.

நாம் உடுத்தியுள்ள சிறந்த ஆடைகளும் அணிகலன்களும் அவர்களின் வியர்வையால் உருவானவை. நமக்குக் கல்வி கற்பித்து உயர்த்தியவர்களும் அவர்களே... நாம் அவர்களின் பிள்ளைக்குக் கல்வி கற்பிக்கக வேண்டாமா? அது நமது கடமையல்லவா? அவர்கள் தம் உழைப்பிற்கு ஊதியமாக எதையும் உரிமையுடன் கேட்கவில்லை.

“அவர்கள் நலம் நமது கடமை... அதுதான் இறை விசுவாசம்...”

என்று உடைந்த குரலில் உள்ளம் உருக வேண்டினார். அப்போதே அவர்கள் முடிவு செய்து விட்டார்கள் அவர்தான் தலைமைக்கு ஏற்றவர் என்று.

கடைசியில் வாக்கெடுப்பு மூலம் கிரில் லக்கோட்டா புதிய போப்பாண்டவராகத் தேர்ந்தெடுக்கப்படுகிறார். மரபுகளுக்கு

மாறாக, புதிய கொந்தளிப்பான உலகை இவரால்தான் சமாளிக்க முடியும் என்ற நம்பிக்கையில்.

கிரில் அதிர்ந்து போனார்.

அவரை விடுதலை செய்த காமனேவ் சொன்ன சொற்கள் அவர் நினைவுக்கு வந்தன. "உங்களை நான் விடுதலை செய்கிறேன். நீங்கள் சுதந்திரமாகப் போகலாம். ஆனால், உமக்காக உமக்கொரு போலிப் பெயர் கொடுப்பதற்காக நான் ஒரு கொலை செய்ய நேர்ந்தது.

"நீங்கள் அதற்கான பிரதி உபகாரம் செய்யத்தான் வேண்டும். எப்போது என்னவென்று தெரியாது கேட்பேன் ஒருநாள் அது எதுவாயினும் நீங்கள் செய்துதான் ஆக வேண்டும். உமது விடுதலைக்காக நான் மகிழ்கிறேன்" என்றார்.

தலைவர் காமனேவ் மார்க்சிய அரசில் படிப்படியாக மேலுயர்ந்து வரும் ஒரு தலைவர்! பழைய போப்பு. அலங்கார ஆடைகளுடன் உயர்தரமான சவப்பெட்டியில் வைத்து அடக்கம் செய்யப்பட்டார்.

புதிய போப்பு, பதவி ஏற்பதற்கான சடங்குகள் நடந்துகொண்டிருந்தன... அப்போதுதான் அந்த விவகாரமான செய்யக்கூடாத காரியத்தை அவர் செய்ய முற்பட்டார்.

போப் கிரில் உறக்கம் பிடிக்காமல் தம் அறையில் தவித்துக் கொண்டிருந்தார்.

அவருக்கு அது பெருஞ்சுமையாகவே இருந்தது. புனித பீட்டரின் அருளாட்சி பீடம் அமர முடியாத அளவிற்குச் சூடாக இருந்தது... உலகத் தலைமை என்ற கிரீடமோ கனத்தது...

இரவு நேரம் வெண்ணிலா வானத்தின் உச்சியில் பிரகாசித்துக்கொண்டிருந்தது...

அவர் படுக்கையைவிட்டு எழுந்தார். ஓசைப் படாமல் கதவைத் திறந்துகொண்டு மாடி வராந்தாவுக்கு வந்து, சுற்றுமுற்றும் பார்த்துவிட்டு, ஏதோ ஒரு திக்கில் விரைந்தார்.

ஏராளமான அறைகள்... வரிசை வரிசையாக.... ஒன்றின் கதவில் மெல்லக் கை வைத்தார். அது திறந்துகொண்டது. உள்ளே பாதிரிமார்கள் அணியும் ஆடைகளும் தொப்பிகளும் தமது

ஆடைகளைக் களைத்துவிட்டு ஒரு கறுப்பு அங்கியை எடுத்து அணிந்துகொண்டார். இத்தாலிய பாதிரிமார்கள் அணியும் வட்டமான தொப்பியும், இடையில் ஒரு பாவாடையும்!

இப்போது அவர் ஒரு சாதாரணப் பாதிரியார். மாடித்தாழ்வாரத்திலிருந்து கீழே இறங்கி கால்போன போக்கில் நடத்தபோது – வெளிவாயில் கேட் தெரிந்தது.

அதுதான் வத்திக்கான் மாளிகையின் பிரதான வாயில் அதன் வழியாக, பல அலுவல்கள் பார்க்கும் பாதிரியார்கள் வந்து போய்க் கொண்டிருப்பதால் காவலர் அவரைக் கவனிக்கவில்லை. வெளியே வந்ததும் அவர் குதூகலமடைந்தார். விடுமுறை பெற்ற பள்ளிப் பிள்ளைபோல் ஒரு பரவசம், அவர் முகத்தில் நீண்ட காலத்திற்குப் பிறகு ஒரு புன்முறுவல் பூத்தது.

நிலா ஒளியில் காலார நடந்து 'சாந்த் ஏஞ்சலிக்கோ' கோட்டையை அடைந்தபோது சாலையின் மறுபக்கத்தில் டைபர் நதி கொந்தளித்தபடி ஓடிக்கொண்டிருப்பதைக் கண்டார்.

சாலையைக் கடந்து மறுபக்க நதிக்கரைக் கைபிடிச் சுவரைப் பற்றியபடி டைபரின் பாய்ச்சலைக் கண்டு அப்படியே நின்றார். எத்தனை வரலாறுகளைக் கண்டு கடந்துபோயிருக்கிறது அந்த நதி! எத்தனை ரத்த ஆறுகள் அதில் கலந்திருக்கின்றன! எத்தனை சடலங்கள்!

'உலகத்தின் பாதைகள் எல்லாம், ரோமாபுரியை நோக்கியே செல்கின்றன' என்றொரு பழமொழி முன்பு அடிக்கடி பேசப்பட்டு வந்தது. உலக வரலாறும்கூட டைபர் நதி வழியாகவே பாய்ந்திருக்கிறது. நதிக்கரையோரத்திலிருந்து எதிர்த்திசைக்கு விரைந்தபோது வெஸ்பாவில் தடதடத்துப்போன ஒரு பெண், கிரிலைத் திட்டிவிட்டுப்போனாள்! முதல் ஆசீர்வாதம்!

ஒரு வீட்டின் கதவில் சாய்ந்தபடி ஒரு கர்ப்பிணிப்பெண் வெளியே பார்த்துக் கொண்டிருந்தாள். மங்கலான தெருவிளக்கின் கீழ் ஒரு பெரிய மடோனா சிலையின் காலடியில் எதற்காகவோ காத்துக்கொண்டிருந்த பூனை ஒன்று கிரில் வருவதைப் பார்த்ததும் இருளில் பாய்ந்து சென்று மறைந்தது. முதல் வரவேற்பு போப்பாண்டவருக்கு!

பல சிறு சிறு தெருக்கள் உள்பகுதியை நோக்கி வளைந்து வளைந்து சென்றன.

தெருவோரத்தில் இரண்டு இளம் பெண்கள் 'வாடிக்கையாளர்களை' எதிர்பார்த்து, சத்தமாய்ச் சிரித்தபடி நின்று கொண்டிருந்தார்கள், ஒரு தெருவிளக்கின் கீழ்.

கிரில் அணிந்திருந்த உடை, தலையில் அகல விளிம்புகள் கொண்ட வட்டத் தொப்பி; தொளதொளத்த மேலாடை, இடுப்பில் வட்டமான பாவாடை!

அவரைப் பார்த்து அவர் ஆண் பிள்ளையா, பெண் பிள்ளையா என்று கேலி செய்தபடி அவர்கள் பேசிச் சிரித்தனர்!

பாதிரியார்களைப் பார்த்தால், அவர்களுக்கு அப்படியொரு இளக்காரம்! உலக மகா போப்பாண்டவருக்கு அன்று - முதல் நாள் கிடைத்த தரிசனங்கள்! அதுதான் யதார்த்த உலகம்! வத்திக்கான் மாளிகையின் வாசலில்! ஆனால் இவற்றையெல்லாம்விட அவர் தரிசிக்கப்போகிற நிகழ்ச்சி ஒன்று இனிதான் நடக்கப்போகிறது.

ரஷ்யாவின் உக்ரைன் மண்ணிலிருந்து பிடுங்கப்பட்டு ரோமானிய மண்ணில் ஆழமாக அவர் நடப்பட்டு விட்டார். மாய மதவிலங்குகள் அவரைப் பிணைத்துவிட்டன. இனிச் சாகும்வரை அவருக்கு விடுதலை இல்லை! ஆனால், உலகம் அவர் காலடியில்தான் கிடக்கிறது!

அவர் இனி சுத்தமான ரோமானியர். உலக கிறித்தவ அருளாட்சி பீடத்தில் அமர்ந்து ஆட்சிபுரியும் சகல வல்லமை கொண்ட சக்கரவர்த்தி!

ஆனால், அவர் ரஷ்ய காமனேவின் ஆள்! என்ன அதிசய முரண் நிலை!

என்ன செய்வதெனத் தெரியாமல் ஆற்றங்கரைச் சாலையிலிருந்து பிரியும் ஒரு சந்தில் நுழைந்தார் அவர். வளைந்து சென்ற சந்தில் கொஞ்ச தூரம் சென்றதும் சந்து சற்று அகலமாயிற்று. ஓர் ஓரத்தில் சில மேசை நாற்காலிகள் போடப்பட்டுத் தெருவோர 'பார்' ஒன்று! போய் ஒரு நாற்காலியில் அமர்ந்தார் கிரில், ஒரு காப்பி வேண்டும் என்று சொல்ல கறுப்புக் காப்பி வந்தது.

இன்னொரு மேசையைச் சுற்றி ஒரு குடும்பம் அமர்ந்து சத்தமாகப் பேசிக்கொண்டிருந்தது.

யாரோ ஒருவர் ஒரு நாளிதழைக் கொண்டுவந்து கிரிலிடம் நீட்டினார். கிரில் காசு கொடுக்கத் தன் சட்டைப் பையில் கைவிட்டபோது, பகீர் என்றது.

அது காலி! ஏதோ ஒரு தரித்திரப் பாதிரியாரின் உடை அது!

அய்யோ எப்படிக் காசு தருவது? வந்தேவிட்டான் பரிசாரகன்!

காப்பிக் கோப்பையை எடுக்கும்போது, நமது காலிச் சட்டைப்பையை வெளியில் இழுத்துக் காட்டினார் கிரில்!

அவன் ஏதோ முணுமுணுத்துவிட்டு உள்ளே திரும்புகையில் அவனது சட்டையைப் பிடித்து இழுத்துவிட்டு, "பாருங்க, நான் எப்படியும் அப்பறமா காசு குடுத்திருவேன்" என்றார்.

அவன் ஏதோ சொல்ல ஓர் உரையாடல் தொடர, அந்தக் குடும்பத் தலைவர், அதைக் கவனிக்க ஆரம்பித்தார். ஒரு கட்டத்தில், "இந்தாப்பா, அவருக்கான காசு" என்று தூக்கிப் போட்டார் அவர்.

"நன்றி அய்யா! நான் என்னோட அட்ரசை எழுதிக்குடுக்கிறேன். நிச்சயம் பணம் கொடுத்தனுப்பறேன். இந்த ரோமாபுரியில் உள்ள அத்தனை பாதிரியார்களுக்கும் என்னால காப்பி வாங்கிக் குடுக்க முடியும். இப்ப முடியல... இப்ப கொஞ்சம் பிரச்சனை..."

'ஆமாமா! யாருக்குத்தான் பிரச்சனை இல்ல! போப்பாண்டவருக்கே பிரச்சனையாக இருக்கிறதா கேள்விப்பட்டேன்" என்று நக்கலடித்தான் பரிசாரகன். கடைசியில், "நான்தான் போப்" என்று சொல்ல வேண்டியதாகிவிட்டது!.

ஆனால், அதை யாரும் நம்பவில்லை, "சும்மா ஜோக் அடிக்காதீங்க!" என்றான் அவன்.

வத்திக்கான் வட்டாரத்தில் சுற்றித்திரியும் பாதிரியார்கள் "காசு காசு" என்று ரத்தம் உறிஞ்சும் அட்டைகள் என்பது அங்கே நிலவிய பொதுக் கருத்து!

அவர் சட்டென எழுந்து நின்று கை உயர்த்தி அவர்களை ஆசீர்வதித்து, சிலுவைக் குறிபோட்டுவிட்டு, "இப்போது நீங்கள் போப்பாண்டவரின் ஆசீர்வாதத்தைப் பெற்றுவிட்டீர்கள்!" என்றார்.

அவர்கள் அதை ஒரு ஜோக்காகவே எடுத்துக்கொண்டு சிரித்தார்கள்!

அவர் அதைவிட்டு நகர்ந்து வேறு ஒரு தெருவை அடைந்தபோது ஒரு மனிதர், மூடிய கதவைச் சட்டெனத் திறந்துகொண்டு பாய்ந்து வெளியே வந்து, கிரில்லை இடித்துக் கொண்டு ஓட முயன்றார். பிறகு அவர் ஒரு பாதிரியார் என்பதை உணர்ந்து, திரும்பி அவரை நெருங்கி, "சுவாமி, ஒருவர் மரணத் தறுவாயில் கிடக்கிறார். உங்கள் உதவி தேவை" என்றார்.

"நீங்கள் யார்?" என்றார் கிரில் "நான் ஒரு டாக்டர். இந்தப் பகுதி மக்களுக்கு மருத்துவர் மீது நம்பிக்கையே இல்லை." என்று முன்னே விரைய, கிரில் பின்னால் விரைந்தார்.

ஒரு பழைய கட்டிடத்தின் இரண்டாவது மாடியை அடைந்தபோது, அட்டும் அழுக்கும், நாற்றமும் பிடித்த அறையில், எலும்புக்கூடுபோல ஒரு, மனிதன் கிடந்தான்.

காலடியில் ஓர் அழகான இளம் பெண் "நீ சொந்தக்காரியா அம்மா?" என்று கேட்டார் கிரில்.

"இல்லை. அவ்வப்போது வந்து உதவும் பெண். இவருக்கு யார் உதவியும் தேவையில்லை. முடிந்துவிட்டது" என்று எழுந்தாள்!

"கடைசி நேரத்தில் ஒரு பாதிரியார் கூடவா தேவையில்லை"

"ஆம், இவர் கம்யூனிஸ்ட்டுக் கட்சிக்காரர்! இவர் மனைவி ஓர் யூதப் பெண்!"

நாற்றம் வீசும் படுக்கை ஓரத்தில் அமர்ந்து அந்த மனிதனின் கழிவுகளை எல்லாம் அகற்றிக்கொண்டிருந்த அவளைக் கிரில் திகைப்போடு பார்த்தார்.

பிறகு அவர் அந்தப் படுக்கை முன் முழந்தாளிட்டு இருகரங்களையும் கோத்துக்கொண்டு. "தேவனின் அருளாலும், பரிசுத்த ஆவியின் கருணையாலும் உன் பாவங்கள் அனைத்தும்

மன்னிக்கப்பட்டு, நீ இரட்சிக்கப்படுவாயாக! ஆமென்!" என்று சொல்லிச் சிலுவைக் குறியிட்டு எழுந்தார், போப்பாண்டவரான கிரில்!

அந்த அதிசயப் போப்பாண்டவரின் முதல் பிரார்த்தனை நாத்திகனான ஒரு கம்யூனிஸ்டுக்கு ஆயிற்று என்ற முரண் அழகை உருவாக்கி வழங்குகிறார் மோரிஸ் வெஸ்ட்.

அவர்கள் வெளியே வந்து, சற்று தூரம் நடந்த பிறகு அந்த சின்னக்கார் அருகே வந்து சேர்ந்தார்கள். டாக்டர் போய்விட்ட பிறகு அவள் சொன்னாள், "சுவாமி நாம் எல்லாரும் ஏதோ ஒருவகையில் கைதிகள்தானே."

"ஆமாம்! போப்பாண்டவரும்கூட!" என்றார் கிரில்.

பிறகு "பெண்ணே, நீ கத்தோலிக்கப் பிரிவா?" என்றார் கிரில்,

"எனக்குத் தெரியவில்லை! என் அடையாளத்தை நான் தேடிக்கொண்டிருக்கிறேன்" என்றாள் அந்த இளம்பெண்.

"இந்த மக்களால் மரணத்தை எளிதாக எதிர்கொள்ள முடியும். வாழ்க்கையைத்தான் அவர்களால் தாங்கிக்கொள்ள முடிவதில்லை." என்று சொல்லி அவள் ஒரு சிகரெட்டை எடுத்துப் பற்ற வைத்தாள்!

"சுவாமி, நான் ஜெர்மனியில் பிறந்தவள். அமெரிக்கக் குடியுரிமை பெற்றேன். இப்போது ரோம் நகரில் வாழ்கிறேன். என் பெயர் ரூத்," என்றாள் அந்த யூதப் பெண்!

"என் பெயர் கிரில் லகோட்டா. ரஷ்யாக்காரன்"

"ஓ! நினைத்தேன், புதிய போப்பா?" என்றாள் ரூத் சாதாரணமாக! "அப்படித்தான் சொல்லிக் கொள்கிறார்கள்" என்றார் கிரில்.

பிரம்மாண்டமான கோட்டைக் கொத்தளங்களும், மத ரீதியான மாமதில்களும், இரண்டாயிரம் ஆண்டுகளின் அழுத்தமான வரலாறும் அந்த இருவரின் காலடியில் விழுந்து நொறுங்கின. "அம்மா, என்னை உன் அறைக்கு இப்போது அழைத்துப் போகிறாயா? எனக்குக் கொஞ்சம் தேநீர்

கவிஞர் புவியரசு | 61

வைத்துக்கொடு” என்றார் கிரில் இது போப்பாண்டவரின் அடுத்த பிரார்த்தனை!

*

போப் கிரில் தமது பீடத்தில் அமர்ந்தார். அவர் முன் ஏராளமான விவகாரங்கள் வந்து குவிகின்றன. தீர்க்கப்படக்கூடிய பிரச்சனைகள். ஆனால், தீர்க்க முடியாதது மத மரபு.

இருமுனைப் போராட்டத்தில் அந்த ரஷ்ய போப் திணறும் திண்டாடும், திகைக்கும், போராடும் கதைதான் பின் பகுதி.

மணமுறிவு. ஒரு பாலின உறவு. மதச்சீர்திருத்தம், சர்வதேச விவகாரங்கள். பாதிரிமார்களின் ஒழுக்கம், அரசியல் மோதல்கள், வன்முறை... போன்ற பலப்பல விவகாரங்கள் வந்து அவர்மீது மோதுகின்றன...

அவற்றிற்கும், அடிப்படை மதச் சட்டங்களுக்கும் இடையிலான முரண்பாடு, அவருக்கும் நிர்வாகத்திற்கும் இடையிலான உரசல்கள். முரண்பாடுகள் என விரிகிறது மிச்சக்கதை.

முதல்நாள், சோதனைகள் நடுவே சந்திக்கிற யூதபெண், குருவைச் சந்திக்கும் சிஷ்யையாக அல்லாமல் ஒரு நண்பரைச் சந்திப்பது. அங்கே மத உரையாடல்கள் நிகழ்வதில்லை. நடைமுறைச் சிக்கல்களே பேசப்படுகின்றன...

ரஷ்ய அதிபர் கடிதம் எழுதுகிறார். அமெரிக்கக் குடியரசுத் தலைவர் கடிதம் எழுதுகிறார். சர்வதேசச் சிக்கலை அவரால் தடுக்க முடிகிறது.

ஆனால், அவரது ஆட்சி அமைப்புக்குள் அவர் ஒரு சிறைவாசிபோல வாழ நேர்கிறது. ஒரு பிரஞ்சுப் பாதிரியார், வத்திக்கானில் வாழும் மனித நேயர், ஓர் ஆராய்ச்சி நூலை எழுதுகிறார். மனிதகுல முன்னேற்றம் என்ற அந்த நூல் வத்திக்கான் நிர்வாகத்தால் பிரசுரிக்கத் தடை விதிக்கப்படுகிறது. இருபது ஆண்டுகள் கடின உழைப்பின் ஆவணம் அது. போப் அவருக்காகப் போராடியது விரயமாகிறது. அந்த நிராகரிப்பை அவரே பாதிரியாரிடமே சொல்லத் துணிகிறார்.

அந்த இறுதிச் சந்திப்பு நெகிழ்வானது. அழகானது. போப் பேசுகிறார்...

"அய்யா. கொஞ்ச நேரம் என்னுடன் இருங்கள். இந்த இருளை நான் உங்களோடு பகிர்ந்து கொள்கிறேன்; சகோதரரே, கசப்பை அருந்தும் நேரம். நாம் பகிர்ந்து குடிப்போம்." என்கிறார் போப். முடிவு புரிந்துவிட்டது. பாதிரியார் முகம் சுருங்கியது. கைகள் நடுங்கின: உடல் நடுங்கியது. பெருமூச்சுவிட்டபடி அவர் செல்கிறார்...

"சுவாமி! தங்கள் கருணைக்கு என் நன்றி. நஞ்சைப் பகிர்ந்து குடிக்க முடியாது! அவரவர் நஞ்சை அவரவரே குடிக்க வேண்டும். நான் புறப்படுகிறேன்"

"நான் உங்களை மறுபடியும் வந்து பார்க்கிறேன்"

"அதற்குத் தேவையிருக்காது சுவாமி"

இப்படி அவர்கள் பேசி விடைபெறும் காட்சி அழகான சோகம். அப்புறம் பாதிரியார் நெஞ்சுடைந்து இறந்துவிடுகிறார்! ஆமென்!

நேர்முறையும் மனிததேயமும் கருணையும் கொண்ட மாமனிதர்கள், ஒரு நிறுவன அமைப்பின் தலைமைப் பொறுப்பை ஏற்பதால் எதுவும் நிகழ்ந்துவிடாது.

கீழே இருக்கும். மரபில் ஊறிய மந்தை அவர்களைச் செயல்படவிடாது. கொஞ்சநாள் உள்போராட்டத்தில் அகப்பட்டு, மனம் நொந்து, வெந்து, அவர்கள் மாய்ந்து போவார்கள் என்ற கசப்பை உணர்த்துகிறது இந்த உரைநடைக் காவியம்.

* * *

ஏலி ஏலி லாமா சபக்தானி

இயேசுவின் கடைசி வார்த்தைகள்
இறைவா, இறைவா,
என்னை ஏன் கைவிட்டு விட்டீர்?

எனக்கோர் ஆசை!

இருக்கக்கூடாதா என்ன?

'ஏய், கிழவா, உனக்கு 86 ஆகியும், இன்னும் ஆசை தீரவில்லையா?' என்பவருக்கு, நான் தாயுமான சுவாமிகளையே சான்று காட்டுவேன்.

"ஆசைக்கோர் அளவில்லை
அகிலமெல்லாம் கட்டி ஆண்டாலும்..."

அய்யா, இது என் கடைசி ஆசை! அருள் கூர்ந்து அனுமதியுங்கள்!

முடிந்தால் கொஞ்சம் உதவுங்கள்! இல்லாவிட்டால் எட்ட நின்று வேடிக்கை பாருங்கள்! தடுக்காதீர்கள்!.

ஒருவேளை என் ஆசைதீரத் தீர. நான் களத்திலேயே விழுந்து காலமாகலாம்!

அப்போது நீங்கள், அதே இடத்தில் என்னைப் புதைக்கலாம். அல்லது எரிக்கலாம். ஒரு பட்டிமன்றம் நடத்தி, முடிவெடுத்த பிறகு!

இந்தப் பூமி மீதுள்ள எல்லாச் சாமிகளையும், அதாவது ஆண்டவ, ஆண்டவிகளை ஒன்றாகச் சேர்த்து, ஓரிடத்தில் குவித்து வைத்து, நல்ல கனமான புதுச் செருப்பு வாங்கி வந்து, போட்டுத் தாக்குத்தாக்கென்று, உடைத்து நொறுக்க வேண்டும்! என் கையாலேயே! சாமிகள் எல்லாம் தூள்தூளாக வேண்டும்! செருப்பு நார்நாராகப் பிய்ந்துபோக வேண்டும்! முதுமை காரணமாக நான் அங்கேயே விழுந்து செத்தால், நான் முன்பு குறிப்பிட்டபடி, ஒரு பட்டிமன்றம் நடத்தி...

இவ்வளவு கோபம் இப்போது வரக்காரணம் என்ன?

ஒரு புத்தகம்!

தோழர் மருதன் எழுதிய ஒரு புத்தகம்!

தலைப்பு: ஹிட்லரின் வதை முகாம்கள்.

அவ்வளவுதான்!

படித்திருக்கிறீர்களா? பார்த்திருக்கிறீர்களா?

தமிழ்ப் புத்தகம்தான் அய்யா

ஏன் நீங்கள் அதைப் படிக்கவில்லை? இப்போது உங்கள் கையில் இருக்கும் புத்தகத்தைக் கீழே போட்டுவிட்டு அதை வாங்கிப் படியுங்கள்.

குளிர்காய்ச்சல், ஜன்னி எல்லாம் வரும்! வேண்டாம் என்றால், இந்தக் கட்டுரையையாவது படியுங்கள், வெறுங் காய்ச்சலோடு தப்பித்துக்கொள்ளலாம்!

ஒருநாள் நள்ளிரவில் சற்றும் எதிர்பாராத கிறக்க வேளையில், கதவை உடைத்துக் கொண்டுதான் உங்கள் வீட்டிற்குள் ஏழெட்டுத் தடியர்கள் குண்டாந்தடிகளோடு நுழைகிறார்கள்... தூக்கம் பிடிக்காத தாத்தா 'யாரது' என்று அதட்டி வாய் மூடுவதற்குள் ஒரே அடி. மண்டை பிளக்க ஒரு சத்தம்கூட இல்லாமல் சாய்ந்து உயிர் விடுகிறார்!

அடுத்தது அப்பா. அடியேற்று, அடியற்ற மரம்போல அப்படியே நெடுஞ்சாண்கிடையாக திருப்பதி ஆண்டவன் படத்தின் முன்னால் வீழ்ந்து வைகுண்ட வாசன் ஆகிறார்.

அப்புறம், அம்மா, அக்கா, அண்ணன், தங்கை என ஒட்டுமொத்தக் குடும்பமே இரத்தம் பூசிச் சாகிறார்கள்... மிச்சம்மீதி இருப்பவர்கள் எல்லாம் தெருவுக்குள் விரட்டப்படுகிறார்கள். அங்கே தெருவெல்லாம் அலறும் மக்கள் வெள்ளம். அடித்து வெளியே விரட்டியவர்கள், அடித்துத் துவைத்துக் கொண்டிருப்பவர்கள் தாதாக்கள் அல்லர்.

அவர்கள் நமது மாண்புமிகு அரசாங்கத்தின் காவல் தூதர்கள். மக்களின் காவலர்கள்!

கூச்சல், குழப்பம். ஒன்றும் தெரியாமல் திகைத்தும் புலம்ப கும்பல் கும்பலாய் வேனுக்குள் அடித்துத் திணிக்கப்படுகிறார்கள்.!

"அம்மா! நீ எங்கிருக்கே?"

"அய்யோ, எங்கொழந்தே!"

சட்டுச்சட்டென குரல்கள் அடக்கப்படுகின்றன. அரைமணி நேரத்தில் வீதியே வெறிச்சோடிக் கிடக்கிறது. காற்று மட்டும் மெல்ல எட்டிப் பார்க்கிறது.

என்னதான் நடக்கிறது?

நாம் செய்த குற்றம்தான் என்ன?

"இது உங்கள் அரசு. மக்கள் அரசு!

மக்களுக்காக நாங்கள்,

எங்களுக்காக நீங்கள்!"

என்று நேற்றுத்தானே முதல்வர் முழங்கினார்...

அது பொய்யா? இது பொய்யா?

எல்லாம் நிஜம். எல்லாம்... எல்லாம்...

இந்த கூட்ஸ் ரயில் நிஜம்...

இதில் ஆயிரம் பேர் திணிக்கப்பட்டது நிஜம்...

எங்கே போகிறோம் என்று தெரியாமல், திக்குத்திசை அறியாமல், அன்பான குடும்பம் துண்டுதுண்டாகப் பிரிக்கப்பட்டு, ஆடுமாடுகள்போல் அடைக்கப்பட்டு, உணவின்றி, நீரின்றி, மூச்சுவிட வழியின்றி.

மயங்கிச் சாய்வதும், சாவதும்

அடக்கடவுளே, நீ எங்கே போனாய்?

கடவுளுக்கு ஆயிரம் ஜோலி! அவர் எல்லாவற்றையும் பார்த்துக்கொண்டுதான் இருந்தார். அவர் ஒருநாளும் கீழிறங்கி வரவில்லை. எப்போதும் சமயங்களில் அப்படித்தான்...

கடவுள்களின் போக்கைச் சாதாரண மனிதர்களால் புரிந்து கொள்ளமுடியாது, போபாலில்... ஈழத்தில்....

ஒருவேளை, நாம் கற்பித்துள்ள குணமான அருள் அவருக்கு இருந்திருக்குமானால்கூட அவர் இந்த மண்ணுக்கு இறங்கி, இரங்கி வருவது சாத்தியமே இல்லை. வந்தால் ஒரு மஞ்சள் பாட்ஜ் மார்பில் குத்தப்பட்டு, நம்மோடு இரயில் பயணம் செய்ய வேண்டி நேர்த்திருக்கும்.

அது சாதாரண கூட்ஸ் பயணம் அல்ல, உட்கார இடமில்லை. பக்கத்தில் யார் என்று தெரியவில்லை. சிறுநீர்கழிக்க, மலங்கழிக்க முடியவில்லை. எல்லாம் அங்கங்கே, இருட்டு, நாற்றம் காற்றில்லை.

அய்யோ, என்ன இது! ஏன் இப்படி?

எதற்கும் பதில் இல்லை.

தமது கைகளில் ஏந்தியிருந்த குழந்தைகள் பிடுங்கப்பட்ட பிறகுதான் அந்த கூட்ஸ் பயணம்.

இது உண்மையல்ல, ஒரு பேய்க்கனவு சீக்கிரம் விழித்துக் கொள்ள அருள் செய் ஆண்டவனே...

நின்றபடிதான் பயணம். யாராவது சாய்ந்தால் அவர் மீது நிற்பது தவிர வழியில்லை. ஆரம்பக் கூச்சல்கள் அடங்கிவிட்ட பிறகு, ரயில் செல்லும் 'தடக் தடக்' ஓசை மட்டுமே அங்கு நிலவிய உயிர்த்துடிப்பு.

நினைவுகள் முற்றிலுமாக ஒடுங்கிவிடவில்லை என் குடும்பம் எங்கே? என் பிள்ளைகள் எங்கே? என் கணவர் எங்கே? இது ரயில் இல்லை. இதில் நானில்லை. நான் இங்கே இல்லை... இல்லை... இல்லவே இல்லை... என் வாழ்க்கை ஏன் முடிய மறுக்கிறது?

எங்கோ, எப்போதோ ரயில் நிற்கிறது. செத்துப்போனவர்கள் வெளியே இழுத்துத் தள்ளப்படுகிறார்கள். ரொட்டித்துண்டுகள் உள்ளே வீசப்படுகின்றன. கதவு மறுபடியும் தடாலென. சாத்தப்படுகிறது. காலமற்ற இருளில் முடிவிலாப் பயணம்...

"அந்த இருளை, அந்த நாற்றத்தை, எத்தனையோ ஆண்டுகள் சென்ற பின்னும் என்னால் மறக்க முடியவில்லை" என்கிறார் தப்பிப் பிழைத்த ஒருவர்.

அந்த நரகம் 18 நாள்கள்.

அதற்குப் பிறகுதான் சிறிது வெளிச்சம் அப்புறம் வேறு நரகம் அவர்களுக்குக் காத்திருக்கிறது. அப்போது அது யாருக்கும் தெரியாது.

கூட்ஸ் வண்டிக் கதவுகள் 'தடால் தடால்' என்று திறக்கப்படுகின்றன.

காவலர்கள் அவர்களை இறங்கச் சொல்கிறார்கள். உயிர் பிழைத்தவர்கள் வெளியே பாய்கிறார்கள். அது ஒரு நரகமீட்சி என்று நினைத்து!

வெளியே ஓநாய்க்குளிர். எங்கும் வெள்ளைப் பனிமழை! ரயில்நிலையக் கட்டடங்கள் மேலும், அடர்ந்த மரங்கள் மீதும், நடைபாதைகள் மேலும், கூட்ஸ் வண்டியின் மேலும் பனி...

ஆடைகிழிந்து, கந்தலாகி, கடும்குளிர், பசி, தாகத்தால் வதைப்பட்ட கூட்டம் நடைமேடை பனிமழையில் நனைந்து குலைந்து நடுங்குகின்றது. பல்லாயிரம்பேர்!

இவர்கள் யார்? எங்கே நடந்தது இது?

ஆம். நாமெல்லாம் வயிறார உண்டுவிட்டு. வெதுவெதுப்பாகப் போர்வை போர்த்தி நம் குடும்பத்தோடு உறங்கிக் கொண்டிருந்தபோது, ஐரோப்பாவின் நாடுகளில் நடந்த அவல நாடகம் இது.

1942ல் ஒருநாள், போலந்து நாட்டின் ஆஸ்விட்ஜ் என்ற இடத்தில் மட்டும் ஒரு புகைவண்டி நிலையக் காட்சி இது. ஒரு நாள் காட்சிதான்; ஒரு நாட்டின் காட்சிதான்.

போலந்து, ஹங்கேரி, செக்கோஸ்லாவாக்கியா, ஜெர்மனி, ஆஸ்திரியா போன்ற நாடுகளில், அடர்ந்த காடுகளுக்குள்ளே அமைக்கப்பட்டிருந்த வதை முகாம்களுக்குக் கொண்டு செல்லப்பட்ட மக்கள் அவர்கள்.

ஐரோப்பியர்கள், ஜிப்சிகள், சோவியத் மக்கள், செர்பியர்கள். பெரும் பகுதி யூதர்கள்!

அந்தக் கொலை முகாம்கள் இரகசியமாக உருவாக்கப்பட்டவை. அந்தக் கைதிகளைக் கொண்டே! அதில் கொல்லப்பட்டவர்களும் அவர்களே.

சில இடங்களின் பெயர்கள் சொல்லவா?

ஆஸ்விட்ஜ், பெர்கெய்ன்ட, பெல்சன், புச்சன்வால்ட் டாச்சாவ், ரேவன்ஸ்பர்க், மஜ்டனெக், மத்தூசன்...

இப்படி... நரங்கங்களின் பெயர்கள் இவை.

மனிதருக்காக மனிதரால் உண்டாக்கப்பட்ட நரகங்கள் இவை. யார் செய்த கொலைப் பணி இது.

சாத்தானியப் பிறவி, நாஜிகளின் தலைவன் ஹிட்லர். அவனால் கொல்லப்பட்ட யூதர்கள் மட்டும் 60 லட்சம் பேர்! பெரியவர்கள், பெண்கள், ஆண்கள், குழந்தை குட்டிகள் என எவரும் மிச்சமில்லாமல், யூதர் கணக்கு மட்டும் இது. மற்றவர் கணக்கு இதைவிடச் சற்று அதிகம்.

முசோலினி இவனது இத்தாலியக் கூட்டாளி. இவனது தளபதிகளிடம் தீட்சை பெற்று வந்தவர்கள் இந்தியாவில் உண்டு! அவர்கள் நாஜி வழியில் கொஞ்சம் சோதனைகள் செய்து பார்த்தனர்.

கொஞ்சமாகத்தான்!

நாம் இன்னும் தூங்கிக்கொண்டிருந்தால். பூரண சோதனை முறைகளை நம் கண்களால் காணும் 'பாக்கியம்' பெறலாம்.

என்ன, மீறிமீறிப் போனால், கூட்டுச்சாவுதானே என்கிறீர்களா? இல்லை தோழர்களே, இனிமேல் இருக்கிறது நடந்த கதை. வாருங்கள், ஆஸ்விட்ஜ் ரயில் நிலையத்திற்குப்

போகலாம். அந்தக் கூட்டத்தினரோடு, பார்க்கலாம் என்ன நடக்கிறதென்று!

பதினெட்டு நாள்கள் 'உண்ணா நோன்பு' மேற்கொண்ட, பஞ்சைப் பராரிகள் கூட்டம், மந்தைகள்போல விரட்டப்பட்டு, வெகுதூரம் அழைத்துச் செல்லப்படுகின்றனர். நடக்க முடியாமல் சாலையில் சரிந்தால் அங்கேயே அப்போதே சாவு சித்திக்கும். அவர் பாக்கியவான்! மிச்சக் கூட்டம் அடிவாங்கி, உதைவாங்கி, நாய்க்கடி வாங்கி ராட்சசக் கொட்டகைகள் நோக்கி ஊர்வலம் போல் செல்ல வேண்டும். சர்வதேசப் படைவீரர்களால் உயிர்பிழைத்த சிலருடைய வாக்குகளைக் கொண்டே அங்கே நடந்தவை தெரிய வருகின்றன.

கடவுள்கள் எல்லாம் காணாமல்போன நேரம். அகிரூபின் என்ற பெண்மணி சொன்னது இது: "இருளும், குழப்பமும், துப்பாக்கிச் சத்தமும், புரியாத ஜெர்மன் மொழியும், ஒன்று சேர்ந்து ஒரு பூதம்போலாகித் தன் குடும்பத்தினரை விழுங்கிவிட்டதோ" என்று கலங்கினார். அவரைப் போலவே பலரும் முகாமுக்குள் நுழையும்போதே, தங்கள் தங்கள் குடும்பத்தைவிட்டுப் பிரிந்துவிட நேர்ந்தது.

எப்போது பிரிக்கப்பட்டோம் என்பதே தெரியாதபடி ஆளுக்கொரு திசையாக அவர்கள் நகர்த்தப்பட்டுவிட்டனர். ரயில் பயணத்தில் ஆயிரம் இன்னல்கள் இருந்தாலும் நண்பர்களோடு இணைந்திருக்க முடிந்தது. இனி அதுவும் சாத்தியமில்லை. வதை முகாமுக்குள் நுழையும் ஒவ்வொருவரும் எதிர்கொள்ளும் முதல் இழப்பு, முதல் பெரும் வலி, முதல் பெரும் அடி இதுவே.

அப்புறம் அவர்கள் துண்டுதுண்டாகப் பிரிக்கப்பட்டு கொட்டடிகளில் அடைக்கப்படுகிறார்கள். ஆண், பெண். கொட்டடிகளில், அது எப்படி இருக்கும்? ஜவுளிக் கடைகளில் துணிகள் வைக்கப்படும் ரேக்குகள் போல அதில் அவர்கள் திணிக்கப்படுவார்கள். அவர்களில் உடல் வலிமையுள்ளவர்களை விட்டுவிட்டு பலவீனமானவர்கள் எல்லாரையும், குளிக்க வேண்டாம், வேறு ஆடைகள் உடுத்திக்கொள்ள வேண்டாமா, என்று பெரிய ஷெட்டுக்கு அழைத்துப் போவார்கள்.

அங்கேதான் அனைவர்க்கும் பொது நீராட்டு! மிகப் பெரிய ஹாலுக்குள் நூற்றுக்கணக்கான ஆண், பெண்கள்

எல்லாம் கூட்டமாகக் காத்திருக்க ஒலி பெருக்கியில் "எல்லாரும் ஆடைகளைக் களைந்துவிடுங்கள். குளித்த பிறகு வேறு ஆடைகள் வழங்கப்படும்" என்ற குரல் நெஞ்சில் கொஞ்சம் நம்பிக்கை துளிர்விடச் செய்யும்.

தண்ணீர் மேலே இருந்து ஷவரில் கொட்டும் போலிருக்கிறது என்று அனைவரும் மேலே பார்க்க மேலிருந்து சூடான புகை மெல்லக் கீழிறங்கும். முதலில் நீராவிக் குளியல், அப்புறம் வெந்நீர் வரும் என்று காத்திருக்க... (சிண்லர்ஸ் லிஸ்ட் படம் பாருங்கள்)

மேலிருந்து ஆசீர்வதிக்கப்படும் புகை 'சைக்ளோன்-பி' என்ற கொடிய நஞ்சு வரும். அது கீழிறங்கி வரவர கீழிருப்பவர்கள் மெல்ல மெல்ல 'மேலே' போய்ச் சேர்ந்துவிடுகிறார்கள்!

அப்புறம்... இரண்டு மணி நேரம் கழித்துக் கதவுகள் திறக்கப்படும் முன்பே நச்சுப்புகை மேல் திறப்பின் வழியாக காற்றிலே கலந்து கரைந்துவிடும் நாட்டுப்பக்கம்.

கீழே உடல்களின் குவியல்.

அப்புறம் விதம்விதமாக வதை முகாம்களின் வசதிக்கு ஏற்றபடி, பெரிய பள்ளங்களில் கொட்டப்பட்டு தீமூட்டி எரிக்கப்படும் கூட்டுத்தகனம். சில முகாம்களில், தோல் உரிக்கப்பட்டு, கொழுப்பு (ஏதாவது மிச்சமிருந்தால்) சுரண்டப்பட்டு. தலைமயிர் சுத்தமாய் வெட்டப்பட்டு, மூக்குக் கண்ணாடிகள் சேகரிக்கப்பட்டு, தங்கப்பற்கள் இருந்தால் பிடுங்கப்பட்டு, மிச்சம் இருக்கும் எலும்புக்கூடு எரிக்கப்படும்.

உடலின் எல்லாமே ஒவ்வொரு காரியத்திற்கும் உபயோகப்படும். தோல், 'மேசை விரிப்பாக', மேசை விளக்கின் கவராக, தலைமயிர் காலணிகளில் ரப்பருடன் சேர்த்து வார்க்க... கொழுப்பை என்ன செய்தார்களோ யெஹோவாவுக்கே வெளிச்சம்! சிலரது தலைகூட டேபிள் வெயிட்டாகப் பயன்படுத்தப்பட்டது.

முகாமில் சுண்ணாம்புக் காளவாய்போல பல தகனப் பெட்டிகள் உண்டு. அதில், நமது மின்மயானத்தில் செருகுவதுபோலப் போட்டு, மூடிவிட்டால், அரைமணி நேரத்தில் சாம்பல், ஒரு கைப்பிடி அளவு.

கவிஞர் புவியரசு | 71

சில சமயம், ஜெர்மனி மருத்துவர்கள் வருகை புரிந்து ஆட்கள் வேண்டுமென்று கேட்டால் ஆய்வுக்குக் கொடுத்துவிடுவார்கள். ஓர் உடலை கடும் குளிரில் விறைக்க வைத்து, உடனே சட்டெனக் கடும் வெப்பத்திற்குக் கொண்டுபோனால், இந்த ஆள் தாக்குப்பிடிப்பானா?

உடலின் பல உறுப்புகளை அறுத்து வேறு இடங்களில் ஒட்ட வைத்தால் அது செயல்படுமா என்று பல சோதனைகள்... முடிவே இல்லாமல் கடைசியில்தான், கடைசி! "மனித உடலின்மீதும், உள்ளத்தின்மீதும், நிகழ்த்தப்பட்ட உச்சகட்ட வன்முறையின் வரலாறு இதைவிடவும் தாழ்ந்த நிலைக்கு மனித குலம் செல்ல முடியாது."

இந்தக் கூட்டத்தில், அறிஞர்கள், டாக்டர்கள், இருந்தார்கள். கலைஞர்கள் இருந்தார்கள். தொழிற்நுட்பசாலிகள் இருந்தார்கள். எழுத்தாளர்கள், கவிஞர்கள், ஓவியர்கள் இருந்தார்கள். உலகம் வியக்கும் நாட்குறிப்பு எழுதிவைத்துவிட்டு மாய்ந்த சிறுமி, ஆனி பிராங்கும் அதில் இருந்தாள்.

நாஜிகளுக்கு இருபெரும் நோக்கங்கள் இருந்தன. இறக்கும்வரை ஒரு யூதன் வேலை செய்ய வேண்டும்! இறப்பதற்காகவே அவன், அவள் வேலை செய்ய வேண்டும். உதவாக்கரைகளை உடனடியாக ஒழித்துக்கட்டிவிட வேண்டும்.

விடிவதற்குமுன் மூன்று அல்லது நான்கு மணிக்கே எழுந்துவிட வேண்டும். உடனே அனைவரும் கடும் பனிக்குளிரில், கந்தல் காலணிகள்கூட இல்லாமல் வரிசையாக நிற்க வேண்டும். அதிகாரி வந்து பார்வையிடும்வரை இரண்டு மணி நேரம் கூட அப்படி நிற்க வேண்டும். மீண்டும் மீண்டும் எண்ணிப் பார்த்துக்கொண்டே இருப்பார்கள்.

பிறகு. பனியில் பணி. கடும்பனியில் கொஞ்சம் சூப் மட்டுமே கிடைக்கும். நோய் நொடி, காய்ச்சல், சொறி, சிரங்கு, காயம், புண் எல்லாம் இருக்கும். இறக்கும்வரை தப்பி வந்து உண்மைகளை உடைத்துச் சொன்ன பிரைமோலெவியின் 'த பீரியாடிக் டேபிள்ஸ்' என்ற புத்தகம் பற்றித் தோழர் ஆயிஷா நடராசன் எழுதிய கட்டுரையைப் படித்திருப்பீர்கள்.

அந்தச் சித்திரவதைகளுக்கு உள்ளாகி, நேரில்கண்டு இரத்தத்தால் எழுதப்பட்ட ஆவணங்கள் பல உண்டு. உலகுக்குச் சொல்ல வேண்டும் என்ற வைராக்கியமே அவர்களை உயிர் பிழைக்க வைத்தது.

ஆனால் அந்தக் கொடுமைகளை நீண்ட காலம் மனதில் தாங்கி வாழ முடியாமல்தான், பிரைமோலெவி, மாடியிலிருந்து எட்டிக்குதித்துத் தற்கொலை செய்து கொண்டார். வசதி கிடைத்தும் வாழ விரும்பாத ஈரநெஞ்சம்.

உயிர் பிழைத்த ஜேக் ஐஸ்னர், "என் கனவுகள் கொடுமையானவை, என் நினைவுகளில் இருள் படிந்திருக்கிறது. சாம்பலின் இருள்" என்கிறார்.

பெண்களை முழு நிர்வாணப்படுத்தி, ஓடவிட்டு வேடிக்கை பார்த்த காவலர்கள்...

காவலர்களுக்கு எந்தவிதக் கட்டுப்பாடும் இல்லை என்பதால், இன்னும் சதைப் பிடிப்புள்ள பெண்களைப் பிடித்து வந்து... சித்திரவதை செய்து சிரித்தவர்கள். பாலியல் வன்முறை வார்த்தைகளில் அடங்காதது...

1942 ஆகஸ்டில் புதிதாக 15,000 பெண்கள் வந்து சேர்ந்தார்கள். எல்லாரும் மொட்டையடிக்கப்பட்டார்கள். வெறும் எலும்புக்கூடுகள். உடம்பெல்லாம் காயங்கள் ரத்தக்கறை மாதக்கணக்காக குளிக்காமல் இருந்ததால் சகிக்க முடியாத நாற்றமடித்தபடியே இருந்தார்கள். பெண்கள் என்று அடையாளம் காணமுடியாதபடி சுடுமையான முகத்தோற்றத்துடன் இருந்தன. ஆண், பெண் வேறுபாடு இல்லாமல் வேலை வாங்கப்பட்டார்கள். கந்தலாடைகூட இல்லாமல் சிலர் நிர்வாணமாகவே இருந்தார்கள்.

சூழலோடு ஒத்துப்போக முடியாமல் உடனே உயிர்விட விரும்பியவர்களுக்கு இரண்டு வழிகள் இருந்தன. வேலை செய்யும்போது, திடீரெனக் கூட்டத்திலிருந்து ஓட வேண்டும்.

உடனே காவல் கோபுரத்திலிருந்து துப்பாக்கிக் குண்டுகள் பாய்ந்து இவர்கள் துன்பத்தை முடித்துவிடும். குண்டுபடாமல் தப்பியவர்கள் தொடர்ந்து ஓடி முள்வேலியைப் பற்றினால் போதும். உடனே மின்சாரம் பாய்ந்து துயரக்கதையைச்

சட்டென முடித்துவிடும். வேலியில் ஒரு கருகிய கூடு ஒட்டிக் கொண்டிருக்கும் அவ்வளவுதான், தட்டினால் உதிர்ந்துவிடும்.

பெண்குலம் பட்டபாடுகள் எந்த மொழியின், எந்த வார்த்தைகளுக்குள்ளும் அடங்காதவை.

ஒரு காட்சி பாருங்கள்.

ஒரு யூதப் பாதிரியார்; அவருக்கு இடப்பட்டிருந்த வேலை, பிணங்களைத் தூக்கிப் போய் வாகனத்தில் ஏற்றுவது. ரொம்பதூரம் சுமக்க வேண்டியதில்லை. முகாம் வாகனத்திலிருந்து பிண வண்டி நிற்கும் இடம்வரை வரிசையாக ஆட்கள். பிணத்தை அடுத்தவரிடம் ஒப்படைத்தால் போதும்.

கீழே தரையெல்லாம் பிணங்கள்; வழியெல்லாம் பிணங்கள். வண்டியிலும் பிணங்கள். எப்படியோ திணித்துவிட வேண்டும். இந்த நிலைமையில் ஒரு சமயம் நிகழ்ந்ததைப் பாதிரியார் சொல்கிறார் இப்படி.

"நான் முதல் சடலத்தைத் தூக்கி என் தோளில் போட்டுக் கொண்டு, அடுத்தவரிடம் கைமாற்றும் வேளையில் காவலர் ஒருவரின் குரல் கேட்டுத் திரும்பினேன். கீழே பார் என்றார் அவர், பார்த்தேன். கீழே ஓர் இதயம் விழுந்துகிடந்தது நான் தூக்கி வந்த இளம் பெண்ணின் இதயம்! அவள் மார்பு பிளந்து கிடந்தது. நான் அப்போதுதான் முதன்முதலாக ஓர் மனித இதயத்தைப் பார்த்தேன்."

அவர்களில் யாரும் எதிர்க்கவில்லையா, போராடவில்லையா?

அங்கங்கே சிறுசிறு சலசலப்புகள். அவ்வளவுதான்! கண நேரத்தில் அங்கங்கே சுட்டுக் கொல்லப்பட்டதால் எதிர்ப்புணர்வுகள் ஒடுங்கிப்போய்விட்டன. உடலில் தெம்பு இல்லை. குரலில் வலுவில்லை.

இன்னொரு காட்சி:

அழகான இஸ்ரேலியப் பெண் ஒருத்தியை, காவலன் தன் விருப்பத்திற்கு இணங்கினால், வசதிகள் கிடைக்கும் என்று அழைக்கிறான்! "என்ன, ஒப்பந்தம் போட்டுக்கொள்ளலாமா?" என்கிறான். அந்தப் பெண் ஒரு குழந்தையைத் தலைக்கு மேல் உயர்த்திப் பிடித்து, "இதுவும் அந்த ஒப்பந்தத்தில் சேர்த்தியா"

என்கிறாள்! "ஒப்பந்தம் உன்னோடு மட்டும்தான்" என்று சொல்லி அந்தக் குழந்தையைப் பிடுங்கி, சுவரின் மேல் ஓங்கியடித்துக் கொன்று வீசிவிடுகிறான்.

அவள் உடனே அவன்மேல் பாய்ந்தாள். அவனது இடுப்புக் கச்சையில் இருந்த துப்பாக்கியை உருவி அவனைச் சட்டெனச் சுட்டுக் கொன்றாள். அப்புறம் காவலர்கள் பாய்ந்து வந்து அங்கிருந்த எல்லாப் பெண்களையும் சுட்டுக் கொன்றார்கள். இருபத்து நான்கு மணிநேரத்தில் 4416 மனித உடல்களைச் சடலங்கள் ஆக்கி, பிறகு சாம்பலாகவும், செய்துவிட முடியும். 1945 ஏப்ரலில், உலக நாடுகளின் படைகள் அந்த முகாம்களுக்குள் பாய்ந்தன.

சோவியத் செம்படை ஆஸ்விட்ஜ் வதைமுகாமிற்குள் பாய்ந்தது. பல நாஜி காவலர்கள், அதிகாரிகள் முன்பே தற்கொலை செய்து கொண்டுவிட்டனர். பல ஐரோப்பிய நாடுகளில், அந்தந்த நாடுகளுக்கே தெரியாமல் ஹிட்லர் அமைத்த அந்தக் கொலை முகாம்களில் மிச்சமிருந்த கைதிகளைப் பார்த்தவர்கள் அதிர்ந்து போனார்கள்! அவர்களால் நம்ப முடியவில்லை.

"கன்னம் ஒட்டிப் போய், குச்சிகுச்சியான கை, கால்களுடன், விந்தி விந்தி நடந்து வரும் அந்த உயிரினத்துக்கு என்ன பெயர்?" என்று திகைத்தார்கள்.

நேசப்படைகளால் விடுவிக்கப்பட்டவர்கள்கூட, பலர் விரைவில் இறந்துவிட்டனர். பலர் தற்கொலை செய்துகொண்டனர். பலருக்குப் பைத்தியம். தற்கொலை எண்ணிக்கை 2,14,409. இதில் கடைசி நேரத்தில் தற்கொலை செய்துகொண்ட, முகாம் காவலர்கள், பெர்லினில் இருந்த தளபதிகள், அதிகாரிகள், கணக்கில் சேரவில்லை.

ஜெர்மனி வீழ்ந்துவிட்டது. நேச தேசப்படைகள் வரப்போகின்றன என்று தெரிந்ததும் முகாம் உலைகள், சித்ரவதைக் கூடங்கள் எல்லாம் அவசரமாகத் தகர்க்கப்பட்டன.

(யூதர்கள் சிறைப்பிடித்துக் கொல்லப்படுவதற்குமுன்பு, நாடு முழுவதிலும் இருந்த யூதர்களின் தேவாலயங்கள், கடை கண்ணிகள், பிற வர்த்தக மையங்கள், பெரிய வீடுகள் எல்லாம் தகர்க்கப்பட்டன)

பல்வேறு ஐரோப்பிய நாடுகளில் அமைக்கப்பட்டிருந்த வதை முகாமுக்குள் முதன்முதலாக நுழைந்த சர்வதேச பத்திரிகையாளர்கள், வானொலி நிருபர்கள், அதிர்ந்து போனார்கள்! புகைப்படக்காரர்கள் படம் எடுக்கக்கூட மறந்து திகைத்துப் போனார்கள்.

வழியெல்லாம் கால் வைக்க இடமின்றிப் பிணங்கள். சில முகாம்களில் விறகுக்கட்டைகளை அடுக்கி வைப்பதுபோல, தென்வடலாகவும், கிழக்கு மேற்காகவும் உடல்கள் ஓர் அடுக்கின்மேல் இன்னோர் அடுக்காக அடுக்கப்பட்ட வரிசைகள் வெகுதூரத்திற்குக் காணப்பட்டன. அந்த எலும்பு உருவங்களின் உடல்களில் சதை இல்ல வெறும் எலும்பு தோல் போர்த்த பிணங்கள்.

தப்பிப் பிழைத்து வந்து இந்தக் கொடுநரகக் காட்சிகளை எழுதிய பிரைமோலெவிகூட முதலில் சித்தப் பிரமைக்கு ஆளானதாகக் குறிப்பிட்டுள்ளார். “தெருவில் நடந்து போகும்போது, நிமிர்ந்து நடக்க முடியவில்லை. கீழே ஏதாவது ரொட்டித்துண்டு கிடக்காதா என்று கண்கள் தேடிக்கொண்டே இருந்தன.” என்கிறார்.

“என்னைச் சுற்றிலும் இருள், முடிவற்ற இருள்” என்பதுதான் உயிர் பிழைத்தவரின் ஒட்டுமொத்த வெளிப்பாடு. “ஆஷ்விட்ஜ் இருக்கிறது எனவே, கடவுள் என்றொருவர் இருக்க முடியாது!” என்பதுதான் பிரைமோலெவியின் சத்தியப் பிரகடனம், “தோழர்களே... இதற்குமேல் என்னால் எழுத முடியவில்லை! இது எப்படி நடந்தது, எப்படி நடக்க முடியும். மருதன் அவர்களின் எழுத்து வாசகரை உலுக்கி எடுத்துவிடும். ஏன், எதற்காக நடந்தது என்று சிந்திக்கிறேன்.

ஒன்றே ஒன்றுதான் ஆதாரம்... இனப்பகை! அது எல்லைகளைத் தொட்ட இடம் ஐரோப்பா. மாதிரிகள் காட்டப்பட்டு, எச்சரிக்கப்பட்டு வாயடக்கப்பட்ட இடங்கள் ஈழம், குஜராத்! யாருக்கும் தண்டனை அளிக்க யாரும் இல்லை. போனவர்கள் போனவர்களேதான்! கர்ப்பிணிப் பெண்ணின் வயிற்றைக் கிழித்து, பச்சைச் சிசுவை, சூலாயுதத்தின் உச்சியில் குத்தி ஊர்வலம்போன பக்தகேடியை ஆண்டவன் காப்பாற்றிவிட்டான் என்றால்...

தோழர்களே, ஆரம்பத்தில் குறிப்பிட்டபடி என் ஆசையைத் தீர்த்துக்கொள்ள முடியாதுபோலிருக்கிறது! காரணம் இதுதான்.

பிரடாிக் நீட்ஷே....

'கடவுள் செத்துப்போனார்!' என்று ஒரு பிரகடனத்தை வெளியிட்டு மேலை உலகையே அதிர வைத்தார்.

கடவுள் செத்துப்போனார் என்ற புத்தகத்தின் ஆரம்பத்திலேயே ஞானி, 'இருந்தால் தானே சாவதற்கு?' என்று ஒரே போடாய்ப் போட்டுவிட்டுப் போய்விட்டார்! இப்போது, நான் யாரைச் செருப்பால் அடிக்க?

* * *

நாற்றத்திலிருந்து நறுமணம்

தெருவெல்லாம் சேறு, சாணம்; வீட்டு முற்றங்களில் சிறுநீர் நெடி, மாடிப்படிகளில் எலிப்புழுக்கை, சமையலறைகளில் அழுகிய முட்டைக்கோஸ்; மாமிசக் கொழுப்பு, காற்றோட்டமில்லாத உணவுச் சாலைகளில் அழுக்கின் நாற்றம். படுக்கையறை விரிப்புகளில் எண்ணெய்ப் பிசுக்கு, படுக்கைகளில் ஈரம். கழுவாது கிடக்கும் பாத்திரங்களின் நெடி.

தோல் தொழிற்சாலைப் புகைப் போக்கிகளில் வெளிப்படும் கந்தகப் புகை எரிச்சல், கசாப்புக் கடைகளின் இரத்த வீச்சம்.

அழுக்கு மனிதர்கள். குளிக்காத வியர்வை நாறும் அழுக்கு மனிதர்கள், மக்களின் வாய் நாற்றம். வெங்காயம் தின்றவர்களின் மூச்சு வாடை

ஆறுகள் நாறின, சந்தைக் கடைகள் நாறின, மாதா கோயில்கள் நாறின, பாலத்தடிகள் நாறின, மாளிகைகள் நாறின, விவசாயிகள் நாறினார்கள், பாதிரியார்கள் நாறினார்கள், எஜமானர்கள் நாறினார்கள், வேலைக்காரர்கள் நாறினார்கள், பிரபுக்கள் நாறினார்கள், மன்னர்கள் நாறினார்கள், சிங்கங்களைப்போல! அரசிகள் நாறினார்கள், கிழட்டு ஆடுகளைப் போல!

எந்தப் பிரதேசத்து நாற்றம் இது? அதிசயம் தான்!

உலகத்திற்கே நறுமணத்தை வாரி வழங்கிக்கொண்டிருக்கும் பிரான்ஸ் தேசம் பற்றியது இது.

குறிப்பாக அழகில் சிறந்த பாரிஸ் நகரின் ஒரு பகுதியைப் பற்றியது இது!

இங்கேதான் ஓர் அவதாரம் நிகழ்கிறது.

உலகை மயக்கும் ஒரு நறுமணத்தைக் கண்டுபிடித்து, அதனால் உலகையே கிறங்கடித்த ஓர் அதிசயப் பிறவியின் அவதாரம் இங்கேதான் நிகழ்கின்றது. சகிக்க முடியாத நாற்றத்தின் நடுவே!

திருமணம் ஆகாத ஓர் இளம்பெண்ணின் ஐந்தாவது பிள்ளையாக! தன் முதல் அழுகையிலேயே தாயை விழுங்கி விடுகிற குழந்தை அவன். அப்புறம் அவன் அழவே இல்லை!

இது 'நறுமணம்' (Perfume) என்ற நாவலின் ஆரம்பம் மட்டும்தான்! கடைசியில் வருகிறது நம்மை அதிர வைக்கும் ஒரு காட்சி. அது என்ன காட்சி? அது நம் கற்பனைக்கும் எட்டாத காட்சி!

பட்டப்பகலில் வெட்டவெளியில் பத்தாயிரம் ஆண், பெண்கள் ஒரே சயத்தில் உடலுறவு கொள்ளும் காட்சி! என்ன செய்ய? விவகாரம் அப்படித்தான் ஆகிவிடுகிறது. இயல்பாக! ஆமாம் இயல்பாக! இந்த இரண்டு அதிர்ச்சிகளுக்கும் நடுவில் நடக்கும் பயணம்தான் இந்தக் கதை.

அழகிய பாரிஸ் நகரின் ஆபாச அழுக்குச் சேற்றிலே ஒரு குழந்தை பிறந்தது.

அதிசயக் குழந்தை; அற்புதக் குழந்தை. அதன் அவதாரக் காட்சியோ, நாம் நினைத்துப்பார்க்க முடியாத அதிர்ச்சி தருவது.

அழுக்கும் சேறும் சகதியும் கொட்டிக்கிடக்கும், நாறும் மீன் சந்தைப் பகுதியில், கருப்பு சேற்றில் நின்றுகொண்டு ஒரு இளம்பெண் உடைந்த மேசை மேல் மீன்களைப் பரப்பி வெட்டிக் கொண்டிருக்கிறாள்.

சட்டென அவள் வெட்டுவதை விட்டுவிட்டு மேஜையின் விளிம்புகளை இரு கைகளாலும் இறுகப் பிடித்தபடி மெல்லத் தலை தாழ்த்துகிறாள்.

வலி!

பிரசவ வலி!

அப்படியே கால்களை அகட்டி வெளியேறும் குழந்தையை இழுத்துப் போடுகிறாள்!

மீன் வெட்டும் கத்தியால் தொப்புள்கொடியை நறுக்கித் தன் உறவைத் துண்டிக்கிறாள், நிரந்தரமாக. அடுத்து அந்தச் சிசுவை அப்படியே காலால் பின்பக்கமாக உதைத்துத் தள்ளுகிறாள்!

அது பின்னால் குவிந்துகிடந்த குப்பைக் கூளத்தில் போய் விழுகிறது அப்புறம் அழுகிறது. பூமிக்கு வரும் எல்லாக் குழந்தைகளையும் போலவே! அதன் முதல் அழுகை! அதுவே அதன் கடைசி அழுகை! அப்புறம் அது சாகும்வரை அழுவதே இல்லை! அதுதான் அதன் அவதார மகிமை.

அழுகுரல் கேட்டு இளம் தாய் மிரள, அக்கம் பக்கத்துக் கடைக்காரிகளின் காதிலும் பட அவள் அச்சத்தால் ஓடுகிறாள், பிடிபடுகிறாள்; மரணதண்டனைக்கு ஆளாகிறாள்! இப்படிச் சீக்கிரமாக முடிகிறது தாயின் கதை.

அதிசயக் குழந்தையின் முதல் பலி பெற்றுப் பாலூட்டாத தாய்! தாய்க் கதை எதற்கு? பிள்ளைக் கதை அல்லவா முக்கியம்.

குழந்தை ஒரு பெண்ணின் கைக்குப் போகிறது அஞ்சு காசுக்கு விற்றுவிட்டு ஓட அந்தக் காசுக்காக ஒருவன் அவளை கொன்றுவிட்டு ஓடுகிறான். பிள்ளையின் இரண்டாவது பலி அப்போதே நிகழ்ந்துவிடுகிறது

அது உடனே அனாதை குழந்தைகளின் காப்பகத்துக்குப் போய்ச் சேர்கிறது.

அழுமோ, என அஞ்சி அதன் விரலை வாயில் திணிக்க முயல கண் திறக்காத அந்தக் குழந்தை சட்டெனக் கையால் தன் கட்டை விரலைப் பற்றி மூக்கருகே கொண்டு சென்று முகர்கிறது.

இந்த மூக்கு முனைதான் மூலக்கதையின் ஆரம்பப் புள்ளி. திரைப்படத்தின் முதல் 'ஷாட்' இந்த மூக்கு முனைதான்.

அந்த குழந்தைக்கு உலகில் யாருக்குமே வாய்க்காத அபூர்வ அதிசய முகர்வுச் சக்தி அமைந்திருக்கிறது. சகிக்க முடியாத நாற்றத்தில் பிறந்த குழந்தை அது என்பது எப்போதும் நினைவில் இருக்க வேண்டும்.

இன்னொரு அதிசயம்! அந்தக் குழந்தையின் உடலுக்கு மணமே இல்லை அவன் பெயர் ழீன் பாபிஸ்டோ.

அவனது உலகம் வாசனைகளின் உலகம். அவன் தன்னைச் சுற்றியுள்ள உலகை வாசனைகளால் மட்டுமே அறிகிறான்.

கண்களை மூடிக்கொண்டு அருகில் இருப்பது என்ன, அல்லது தூரத்தில் இருப்பவன் யார் என்பதை அவனால் சொல்ல முடியும்.

ஐந்து புலன்களும் அவனது மூக்கிலே மையம் கொண்டிருக்கிறது.

மணம், நறுமணம், நாற்றம், வாடை, வாசனை, நெடி, மன்றல், கந்தம், சுகந்தம், பரிமளம், என நமக்குப் பழக்கமான சொற்களின் சகல உட்பிரிவுகளும் அவனுக்கு இயல்பான அத்துப்படி. ஆனால் இவன் தன் வாசனை அறியான், அல்லது – அது அவனுக்கு இல்லை. வாசனைகளுக்குள் அவனுக்கு நல்லது கெட்டது என்ற வேறுபாடும் இருக்கவில்லை நீண்ட காலம்வரை.

நாற்றத்தில் பிறந்து நாற்றத்தில் வாழ்ந்து வந்த அவன் நறுமண வலையில் அகப்படுவதற்குள் அவன் படும்பாடு கொஞ்சநஞ்சமல்ல.

படிக்கவில்லை. சிறுவனாக இருக்கும்போதே எடுபிடி வேலைகள், அவன் இளம் பிள்ளையாக இருந்தபோது போய் சேர்ந்தது தோல் பதனிடும் தொழிற்சாலையில். சகிக்க முடியாத நாற்றத் தோல்களை தண்ணீரில் முக்கி முக்கி எடுத்துத் தூய்மைப்படுத்துவது. அதுவும் பள்ளமான இடத்தில் தானும் நீரில் நின்றபடி...

அவன் என்ன நினைத்தான், எப்படி இடைவிடாமல் வேலை செய்தான் என்பது எல்லோருக்கும் அதிசயமாகத் தான் இருந்தது. அவனது மகத்தான முகர்வுச் சக்தி அறிந்தவர்கள் ஒருவித அச்சத்தில் அவனை விட்டு விலகியே இருந்தார்கள்.

இளம்பருவத்தில் காய்ந்து வெட்டப்பட்ட தோல்களை சுமந்து சென்று வேறு ஒரு முதலாளியிடம் ஒப்படைப்பதே அவன் வேலை.

ஒருநாள் நெரிசலான தெருவழியே ஒரு சீமாட்டி நறுமணத் தைலம் பூசி வண்டியில் போகும்போது அவனுக்கு வாசனை அறிமுகம் ஆகிறது.

அன்று அவன் உறக்கமிழந்தான். நறுமண வலை அவனை மெல்ல இறுக்கிக் கொண்டிருந்தது.

ஒருநாள் அவன் சந்து பொந்துகள் வழியாகத் திரும்பிக் கொண்டிருந்தபோது ஓர் ஏழை இளம் பெண் தட்டைக் கூடையில் கொஞ்சம் பழங்களுடன் அவனைக் கடந்து சென்றாள். சட்டென அவனை ஏதோ ஒன்று ஈர்த்தது. காரணம் அந்தப் பழங்களா? அவளா?

அவன் திரும்பி அவளைப் பின்தொடர்ந்தான் இதைக் கவனித்த அவள், சற்று நின்று, பழங்கள் வேண்டுமா என்று கேட்கிறாள். அவன் பதில் பேசாமல் அவளை உற்றுப் பார்க்க, அவள் மிரண்டுபோய் அவசரமாக அந்த இடம் விட்டு நகர்கிறாள். ஆனால் அவளைப் பிடித்துவிடுகிறான். அவள் அஞ்சி அலறுகிறாள். அவளது அலறலை நிறுத்த அவன் அவளது வாயை இறுகப் பொத்த, அவள் திமிர, அவன் மேலும் இறுக்க எதிர்பாராத அசம்பாவிதம் நிகழ்ந்துவிடுகிறது!

அவன் போகுமிடமெல்லாம் துர்மரணங்கள் நிகழ, இதுதான் அவன் கையில் ஏற்பட்ட மரணம். வேறு விதத்தில் இது முதலாவது என்றும் ஒரு அற்புதத்திற்கான ஆரம்பம் என்றும் சொல்லலாம்.

அவனுக்கு அவள் ஓர் வாசனைக் கூடு. என்னென்ன வாசனைகள் அவளிடம்!

இறந்துபோய், வெறும் உடலாகக் கிடந்த அவளை அவன் என்ன செய்தான்? காம எழுச்சியால் கற்பழித்தான் என்பதே உலகின் கதைப்போக்காக இருக்க முடியும்.

இனி நான் சொன்னால் அது சரியாக இருக்காது பெர்ஃப்யூம் கதாசிரியர் எழுதியவாறே சொல்லி நான் நழுவிக் கொள்வதே நல்லது!

“இறந்துபோன அவள் உடலைத் தரையில் கிடத்தித் தலைமுடி, முகம், கழுத்து, மார்பு, வயிறு, தொப்புள், பிறப்புறுப்பு, தொடைகள், கால்கள் என ஒவ்வொரு பகுதியையும் அவன் தனது மூக்கால் முகர்ந்து பார்த்தான்! ஒவ்வொன்றும் தனித்தனி வாசனை. அவன் எல்லாவற்றையும் ஆழமாக உள் வாங்கிக்கொண்டான். அவற்றில் ஒரு துளியைக்கூட இழந்துவிடக் கூடாது என்று தனது ஆத்மார்த்தமாக, அதாவது ஆத்மாவின் அடியாழத்தில் பதுக்கிவைத்துக்கொண்டு பத்திரப்படுத்திக் கொண்டான்! அவனது வருங்கால நறுமணத் தேடலுக்கு அதுவே அசைக்க முடியாத ஆதாரமாக நிலைத்து நின்றது.

அவளுடைய அக்குள் வியர்வை வாசனை, கூந்தலில் பூசியிருந்த எண்ணெயின் மணம், பிறப்பு உறுப்பின் சிக்கலான நெடி எல்லாம் அவனை ஆட்கொண்டன.

அவளது கூந்தலின் மணம் வாதுமையின் வாசனை போலவும், பிறப்புறுப்பின் நெடி நீர் அல்லியின் மணம் போலவும், உடலின் வாசனை சீமை வாதுமைப் பழத்தின் மணம் போலவும் அவனுக்குப் புலப்பட்டன.

இவையெல்லாம் ஒன்றுகூடி மணந்த அவளது உடலின் வாசனைக்கு நூறாயிரம் நறுமணங்களும் ஈடாகாது!

அப்புறம்தான் அவனுக்கு வாசனைகளை இனம் பிரிந்து உணரும் ஆற்றல் பிறந்தது.”

உலகமே அவனுக்கு வாசனைகளின் கூட்டாகவே அடையாளம் ஆயிற்று. அவனை முதன்முதலாகக் கிறங்கச் செய்த அந்த இளம் ஏழைப் பெண், ஒரு விபத்தாய் அவன் கரங்களால் உயிர் நீத்தாள்.

அவளை அவன் வன்புணர்ச்சி செய்யவில்லை. அவன் ஒரு சரீரமாகக் கூடப் பார்க்கவில்லை அவள் அவனுக்கு நறுமணங்களின் ஓர் சங்கமம் அவ்வளவே.

ஆனால், அதன் பிறகு அவன் கால் வைக்கும் இடங்களில் எல்லாம் எதிர்பாராத துர்மரணங்கள் நிகழ்ந்துகொண்டே வருகின்றன!

நாற்றத் தோல்களைச் சுமந்து வரும் அந்தக் கூலி இளைஞனை ஒரு நறுமணத் தைல வியாபாரி விலைக்கு வாங்குகிறார். அவர்

நறுமணத் தைலங்கள் தயாரிப்பில் வல்லவர். சிறந்த தைலம் உருவாக்குவதற்கு பதிமூன்று சூத்திரங்கள் இருப்பதாகவும், தனக்குப் பன்னிரெண்டு தெரியும் என்றும், பதிமூன்றாவது முறையைக் கண்டுபிடித்துவிட்டால் மாபெரும் மன்னர்களும் அரசிகளும் சீமானும் சீமாட்டிகளும் தன் காலடியில் கிடப்பர் என்று சொல்கிறார்.

அவரும் துர்மரணத்திற்கு ஆளாகிறார். ழீன் பாபிஸ்டோ அவர் விட்டுச் சென்ற அறைகூவலைக் கண்டடைய விரிந்த உலகில் காலடி வைக்கிறான்.

நகரம் நகரமாக அலைகிறான். காடு மேடு வனாந்தரங்களில் பயணம் செய்கிறான். எத்தனையோ கீழ்மட்ட வேலை செய்தாலும் இலட்சிய தேடல் மாறாமல் அவனது மனதில் மையம் கொண்டிருந்தது. ஆனால் அதே விபத்துகள் மரணங்கள் அவன் காலடி வைத்த இடங்களில் எல்லாம்! இப்படி ஏழு ஆண்டுகள் அலைந்த பின்பு அவனுக்கு அந்த 13வது சூத்திரத்தின் ரகசியம் பிடிபடுவதுபோல தோன்றுகிறது. அவன் தன் சாதனை கட்டத்தை அடையும்போது அவனாகவே கொலைகள் செய்கிறான்! ஒரு பூனையை உயிரோடு கொதிக்கும் நீரில் முக்கிக் கொன்று பார்க்கிறான். இளம் பெண்களும் கொடிய சோதனைக்கு ஆளாகிறார்கள். அவனது முக்கியச் சோதனை இப்போது கன்னிப் பெண்களின் கூந்தலில் வந்து முடிகிறது. அதற்குள் அரசல்புரசலாக அவனே கொலைகாரன் என்பது வெளியே தெரிய ஆரம்பிக்கிறது. அவன் செய்தது கொலையல்ல சாதனங்களுக்கான சோதனை! அவன் கைது செய்யப்படுகிறான். கொடிய பாதாளச் சிறையில் அடைக்கப்படுகிறான். அவன் கை கால்கள் கழுத்து எல்லாவற்றிலும் கனத்த இரும்புச் சங்கிலிகள். அப்புறம் விசாரணை ஆரம்பமாகிறது. இந்த இடத்தில்தான் ஆரம்பமாகிறது பெர்ஃபியூம் என்ற திரைப்படம் நான் முன்பு குறிப்பிட்ட ழீன் பாபிஸ்டோவின் மூக்கு முனையில்!

புத்திசாலி இயக்குனர் கதையின் மையம் மூக்கிலிருந்து தானே பயணப்பட்டு உலகம் கண்டறியா நறுமணத்தில் முடிகிறது.

அதாவது பத்தாயிரம் பேர் பட்டப் பகலில் வெட்ட வெளிச்சத்தில் வெறிகொண்டு உடலுறவு கொள்ளும் காட்சியில்!

‘வாசமில்லா மலரிது; வசந்தத்தைத் தேடுது’ என்ற டி. ராஜேந்தரின் பாடல்தான் நினைவுக்கு வருகிறது... என்னவொரு பொருத்தம்! இனிப் புத்தகத்தை விட்டு சினிமாவுக்குத் தாவுகிறேன்.

திரை இயக்குனர்தான் இந்தக் கதையின் முடிவை கலாரசனையோடு அழகாக உருவாக்கிக் காட்டுகிறார். இறுதிக் காட்சிகள் பிரமிக்க வைக்கின்றன. நான் புத்தகத்தை இந்த இடத்தில் தள்ளுபடி செய்வதற்கான காரணம் உண்டு. நான் முதலில் பார்த்தது படம்தான். என் நண்பர் பிர்தோஸ் இதைத் தந்து பார்க்கச் சொன்னார். திகைத்துப் போனேன்! இப்படியொரு படத்தை நான் இதுவரைப் பார்த்ததில்லை! உடனே புத்தகம் வழியாக விரிவாகப் படிக்க வேண்டும் என்று விசாரித்துத் தேடிப் பிடித்துத் தருவித்தேன். வந்த புத்தகம் குப்பை! குப்பைக் காகிதத்தில் அச்சடிக்கப்பட்டு குப்பைக் காகிதத்திலேயே மேலட்டை! படமும் இல்லை, அது விற்குமோ விற்காதோ என்ற பயத்தில் தலைப்பை இப்படிப் போட்டிருக்கிறார்கள்: ‘நறுமணம் ஒரு கொலைகாரனின் கதை’ என்று! ஒரு அற்புதமான படைப்பை சாதாரணத் திரில்லரைப் போல நினைத்திருக்கிறார்கள். விலையும் மிக அநியாயம் (பெங்குவின்)

‘ரன் லோலா ரன்!’ என்ற அருமையான படத்தை எடுத்த இயக்குனர் டாம் டைக்வேர் என்பவர்தான் பெர்ஃபியூம் படத்தை இயக்கியிருக்கிறார். புத்தகத்தில், மூல நூல் ஆசிரியர் ‘பேட்ரிக்சுஸ்கிண்ட்’ என்று மட்டுமே உள்ளது. இது ஜெர்மனியில் எழுதப்பட்டது என்ற குறிப்பும் இல்லை. அதையெல்லாம் தெரிந்துகொள்ள வேண்டும் என்றால் நட்சத்திரங்களை ஆராயும் தொலைநோக்கியை இரண்டாம் பாகத்திற்குத் திருப்ப வேண்டும்! என் எரிச்சல் இங்கே நிற்கட்டும். படம் பார்க்கலாம் வாருங்கள்!

கிளைமேக்ஸ்!

படம் ஆரம்பமாவது என்னவோ கிளைமாக்ஸில்தான். ஸ்கிரீனின் கருப்புத் திரையில் இன்னதென விளங்காமல் மூக்கு முனை தெரிகிறதா? அப்புறம் அது சற்றே விரிகிறது. மூக்கு முனைதான் அது. விரிந்து சுருங்குகிறது... வாசம் பிடிக்கிறது. மூக்கு முழுசாகத் தெரியும்போது தடக்தடக் என்ற ஓசையும்,

சங்கிலிகளின் சலசலப்பும். தடக்தடக் ஓசை பெரிதாக அவன் முகம் பெரியதாக, சங்கிலிகள் பெரிதாக, பெரிய இரும்புக் கதவுகள் திறந்து மூடும் தடால் தடால் என்ற ஓசை. அவன் பார்க்கிறான், கனத்த சங்கிலிகள் உடல் முழுவதும். எதிரே கவசம் அணிந்த காவலர்கள் வேகமாக வருகிறார்கள் பதட்டத்துடன்!

அவனது அறையின் இரும்புக் கதவு திறக்க அவனை வெளியே இழுக்கிறார்கள். அவன் சங்கிலியின் பாரம் தாங்காமல் சற்றே குனிந்தபடி அவர்களின் இழுப்புக்குத் தாங்காமல் விரைகிறான்.

கதவுகள் திறக்கும் ஓசை, காவலரின் கனத்த காலடிகளின் ஓசை, அவனது சங்கிலிகள் கல் தரையில் இழுபடும் ஓசை... தூரத்திலிருந்து மெலிதாக ஆயிரக்கணக்கான மக்களின் கூச்சல்... அது வரவரப் பெரிதாகிறது. அவன் படிகளின் வழியாக மேலே இழுத்துச் செல்லப்படுகிறான். வளைந்து செல்லும் படிகளில் நிற்கும் காவலன் பெருமூச்சுவிட்டுப் பயந்தபடி பின்னால் கல் சுவரோடு ஒட்டியபடி வேர்த்து விறுவிறுத்து நிற்கிறான்!

மக்கள் கூச்சல் பெரிதாக ஒலிக்க அவன் மேல் தளத்திற்கு இழுத்து வரப்படுகிறான். கீழே பல்லாயிரம் பேர் "கொல்லுங்கள்! அவனை விடாதீர்கள்! கொல்லுங்கள்" என்று கூச்சலிடுகிறார்கள். தீர்ப்பு நம் காதுகளில் ஒலிக்க பின்னணிக் குரலாக எழுகிறது. இவனுக்கு மரண தண்டனை விதிக்கப்படுகிறது. இரும்பு உலக்கையால் கைகால் முட்டிகளின் மேல் பன்னிரண்டு அடிகள், மீன் பாபிஸ்டோவுக்கு... அவன் துண்டு துண்டாக நொறுக்கப்பட்டு சாகப்போகிறான். ஆனால், அவன் முகத்தில் எந்தச் சலனமும் இல்லை!

பயம் இல்லை, கவலை இல்லை சும்மா பார்க்கிறான்! அப்புறம்தான் அந்த அதிசயக் காட்சி! நமது பெரிய பொறியியல் கல்லூரிகளின் உட்பகுதி போல வட்டம் அல்லது நீண்ட சதுர இடைவெளிபோல் சுற்றிலும் பல மாடி கட்டடம். நடு இடைவெளியில் பத்தாயிரம்பேர்! ஒரே நெரிசல். ஆண்களும் பெண்களுமாய் மாடியின் வராந்தாக்களில்

காவலர்கள் கண்களில் திகிலோடு, கீழடுக்கு வராந்தாவில் பிரபுக்களும் சீமான் சீமாட்டிகளும் – நடுவே சிம்மாசனத்தில் பெரிய பாதிரியார். பக்கங்களில் நகரத்தின் அதிகாரிகள்,

பிரபலங்கள் வெட்டவெளியில் பல்லாயிரம்பேர், கண்களில் ஆவலைத் தேக்கி வாய்களில் சாக்லெட் தேக்கி, ஆவலுடன் காத்திருக்கிறார்கள்.

தரைத்தளத்தின் ஒரு பக்கத்தில் ஒரு பெரிய மேடை. அதன்மேல் தலைமுதல் கால் வரை கருப்பாடை அணிந்து, கையில் ஒரு பெரிய கொடுவாள். அதன் கைப்பிடியை அவன் பிடித்திருக்க, அதன் மறுமுனை மேடைமேல் பதிந்தபடி, ஒரு சிறிய வண்டி வந்து மேடையருகே நிற்கிறது. அதிலிருந்து இறங்குகிறான் குற்றவாளி. எல்லோருக்குமே முதலில் திகைப்புத்தான். காரணம் அவனது சாதாரண முகமே!

எத்தனை பேரைக் கொன்றவன். அவனொரு ராட்சசனாகவே இருக்க வேண்டும். அவன் எப்படி இப்படி – சாதாரண இளைஞனாய், எந்தப் பயமும் முகத்தில் காணாதபடி?

மேற்கில் சிவந்த கதிரவன், கதகதப்பான காற்று மெல்லத் தவழ்கின்றது. மீன் மேடை ஏறினான். இப்போது அவன் உடலில் விலங்குகள் இல்லை. அவன் இப்போது எங்கே ஓடி விட முடியும். கை கால் முட்டிகள் தகர்க்கப்படுவதற்கும், கடைசியில் சிரம் வெட்டித் தூக்கி எறியப்படுவதற்குமாக அவன் நிற்கிறானோ? இல்லை! இடையிலிருந்து ஒரு சிறு குழாய் எடுக்கிறான். கட்டைவிரல் தடிமன். மூன்றங்குல நீளம் மூடியின் கார்க்கைத் திறக்கிறான். அதன் நறுமணம் மேடையில் பரவுகிறது

கொலையாளி! சட்டெனத் தன் கொலை வாளை விட்டுவிட்டு மீனின் காலில் தடாலென விழுந்து "ஆண்டவரே, என் ரட்சகரே! என் தேவனே, என்னைக் காத்தருளும்!" என்று உரக்க அழுதபடிப் புலம்புகிறான்! அந்தப் பெருங்கூட்டம் திகைக்கிறது தீர்ப்பை நிறைவேற்ற வந்தத் தலைமைப் பாதிரியாரின் தலை எதனாலோ கிடுகிடுவென நடுங்குகின்றது. அவர் தலையைப் பற்றிக் கொள்கிறார்; தலை கவிழ்கிறார்; குப்புறச் சாய்கிறார்.

கடைசியாக மகளை பலிகொடுத்த பிரபு "அப்படியா, நீ மாயம் செய்து மயக்கவா செய்கிறாய்? இதோ பார்!" என்று தன் உடைவாளுடன் கூட்டத்தினரிடையே பாய்கிறார். மேடையில் ஏறுகிறார், உடைவாள் ஏந்திய அவர் கரங்கள் நடுங்குகின்றன!

சட்டென அவர் அவன் முன் மண்டியிட்டு உடைவாளை அவனது காலடியில் வைத்துவிட்டு "என் தேவரே! என் ஆண்டவரே! என் இரட்சகரே! எம்மைக் காத்தருள்வீராக!" என்று கண்ணீர் விட்டுக் கதறி அழ ஆரம்பித்து விடுகிறார். ழீனின் முகத்தில் புன்முறுவலோ, சாதனையின் பெருமித உணர்வோ இல்லை! அவன் முகம் எப்போதும் போல உணர்ச்சியற்றதாகவே காணப்படுகிறது! அவன் அப்புறம் ஒரு காரியம் செய்கிறான். தன் வாசனை சீசாவின் வாயில், ஒரு சின்னக் கைக்குட்டையை வைத்து நனைத்து எடுத்துக் காற்றிலே அப்படியும், இப்படியும் வீசிக் காட்டிவிட்டு அதைக் காற்றிலே மிதக்கவிடுகிறான்.

அதன் நறுமணம் சூழலில் பரவபரவ பல்லாயிரம் பார்வையாளர்கள், ஏழை, பணக்காரர் வேறுபாடு இன்றி அந்தஸ்து வித்தியாசம் இல்லாமல் ஒருவர் மேல் ஒருவர் பாய்ந்து கட்டித் தழுவிக் கொள்ளுகின்றனர்! பெண்கள் தம் ஆடைகளைக் கிழித்துக்கொண்டு தம் முன்னால் இருப்பவன் யாரென்று பார்க்காமல் இழுத்துப் பிடித்து உடலுறவு கொள்கின்றனர். உடல் சிலிர்க்க வைக்கும் காட்சி! அது ஒரு காமவெறிக் காட்சி அன்று மனிதரிடையில் அப்பிக் கிடந்த சகல வேறுபாடுகளையும், மாறுபாடுகளையும், முரண்பாடுகளையும் தகர்த்தெறிந்துவிட்டு ஒன்றில் ஒன்றாக ஒடுங்கிவிடும் காட்சி! சாதி, மத, இன, பதவி, செல்வத் தடைகள், வேலிகள், சுவர்கள், மதில்கள் தகர்ந்துவிடும் காட்சி. நேசம் பாசம் அருள் முதலிய சிகரங்களை எட்டிப்பிடித்த நேரம் அது. அன்பின் சிகரம் தொட்ட அற்புதப் பொழுது அது. மனித குலம் எவற்றால் எல்லாம் பிரிவுண்டு பிளந்து கிடக்கின்றதோ அவை ஒட்டுமொத்தமாய் எரிந்து சாம்பலாகும் கணங்கள் அவை...

ழீன் பாபிஸ்டோ கையிலிருந்த வாசனைக் குழலை இடையில் செருகிக்கொண்டு, எவ்விதத் தடையும் இல்லாமல், பின்னிப் பிணைந்து கிடந்து உருளும் உடல் நடுவே சாவதானமாக மெல்ல நடந்து கொலைக் களம் விட்டு வெளியேறுகிறான்.

உலகின் மகா வெற்றி வீரன் அவன் மட்டுமே. அவன் இப்போது நடந்து செல்வது பாரிஸ் நகரின் சேரிப்பகுதி. பிறந்த மண். சேறு மணக்கும் மண்.

இரவு நேரம் மனிதனுக்கும் மனிதனுக்கும் ஆணுக்கும் பெண்ணுக்கும் இடையில் போடப்பட்ட மாயை விலங்குகள் எல்லாம் தகர்க்கப்பட்ட பரிபூரண சுதந்திர பரவசக் காலம்.

எல்லாம் அவன் கண்டுபிடித்த பிராணரச நறுமணத் தைலம் செய்த மாயம்.

சேற்றிலே பிறந்து, சேற்றிலே வளர்ந்து நாற்றத்தில் வாழ்ந்து வந்த அவனால் மட்டுமே அதைச் சாதிக்க முடிந்தது.

அவன் தன்னை உணரவில்லை தன்னைப் போன்றவர்களைப் பிரித்து வைத்தது எது என்பதை உணர்ந்து கொண்டுவிட்ட ஞானி அவன். இந்தப் பிளவைச் சரிக்கட்டுவது மட்டுமே அவனது நோக்கமாக இருந்திருக்கிறது.

இந்த ரகசியத்தை அவன் களங்கமற்ற கன்னிப் பெண்களிடமே கண்டுகொண்டான் அவன் எவளையும் கற்பழிக்கவில்லை, அவன் தேடிய மூலப்பொருள் மனித உடலில்தான் இருக்கிறது என்பதைச் சோதித்து நிரூபணம் செய்து உருவாக்கவே இந்தக் கொலைகள் கன்னிப் பெண்களின் கூந்தலில்தான் அவனது தேடலின் முற்றுப் புள்ளி. 'பெண்களின் கூந்தலுக்கு இயற்கையான மணமுண்டா இல்லையா? என்ற சிவபெருமானின் கேள்விக்கு சரியான விடை சொன்னவன் ழீன் பாபிஸ்டோதான்!

உலகைத் தன் வலையில் சிக்க வைக்கும் அந்த மகா நறுமணம் அவனை எதுவுமே செய்யவில்லை. அதைப் படைத்தவன் அவன்தான், ஆனால், அதனால் அவனை எதுவுமே செய்ய முடியவில்லை. காரணம் அவன் வாசனையே இல்லாமல் பிறந்து வளர்ந்தவன்.

நினைவு வருகிறதா, நமது கவியரசு கண்ணதாசன் பாடல்?

"பூஜ்ஜியத்துக்குள்ளே ஒரு ராஜ்ஜியத்தை ஆண்டு கொண்டு புரியாமலே இருப்பான் ஒருவன் அவன்தான் இறைவன்... இறைவன்...

ழீன் பாபீஸ்டோ தன் சொந்த மண்ணில் கால் வைத்த நாளைக்கூடச் சொல்கிறார் கதாசிரியர்! ஏனென்று தெரியவில்லை.

அந்த நாள் 1766 ஜூலை 25ஆம் நாள் அதிகாலைப் பொழுது!

தன்னிடம் மிச்சமிருந்த தைலத்தைத் அவன் தலையில் கவிழ்த்துக்கொண்டான்.

காலி சீசாவை இடுப்பில் செருகிக் கொண்டான். அந்த நறுமணப் பேரலை சுற்றிலும் எழ எழ சுற்றியிருந்த ஏழை மக்கள் ஓடி வருகிறார்கள் அவனைச் சூழ்ந்து கொள்கிறார்கள்.

அந்தக் கூட்டத்தின் நடுவே அவன்.

சற்றுக் கழித்து அவர்கள் நிமிர்ந்து, எழுந்து பிரியும்போது வாயை மென்றபடி மகிழ்ச்சியாகச் சொல்கிறார்கள்.

அவன் இல்லை! அவன் நின்ற இடத்தில் அந்த நறுமணக் குப்பி கவிழ்ந்து கிடக்கிறது.

அதன் வாயில் ஒரு சொட்டு, பூமியில் விழக் காத்திருக்கிறது...

* * *

அந்தக் கடைசி நாள்கள்

"உலகம் எப்போது அழியப் போகிறது?"

இது ஒரு மகத்தான கேள்வி. யாரிடமாவது கேட்டுப் பாருங்கள். உடனே எதிர்க்கேள்விதான் எழும்.

"யார் சொன்னது?" "எதுக்கு அழியணும்?',' ஏன் அழியணும்?" என்பதுபோல... கொஞ்சம் விவரமான ஆளிடம் கேட்டால்... சற்று யோசித்து நிதானமாகப் பதில் சொல்லக்கூடும்.

"இப்படியே போய்ட்டிருந்தா ஒரு அஞ்சு வருஷத்துக்குள்ளே அழிஞ்சு போயிறலாம். அதுக்கான வாய்ப்பு நெறயவே இருக்கு..."

"கொஞ்சம் சுருக்கமா, விளக்கமா சொல்ல முடியுமா?" என்று பவ்வியமாகக் கேட்டால், அவர் இப்படிச் சொல்வார்.

"அழிவுக்கு ரெண்டு மூணு காரணங்கள் இருக்கு. எது முந்திக்கிதோ, தெரியலெ. ஒண்ணு, பூமி சூடாயிட்டே போறதாலெ பனிமலைகள். துருவப்பகுதிகளோட பனியுருகி, ஆறுகள் வெள்ளம் பெருகி, நதிக்கரை நகரங்கள் எல்லாம் அழியும். பெருகின தண்ணியெல்லாம் கடல்ல சேந்து, கடல் மட்டம் ஒசந்து சென்னை மாதிரி நகரங்களெல்லாம் அழியும். தப்பினவங்க உள்நாநட்டைப் பாத்து ஓடுவாங்க. அங்க இருக்கறவங்க தடுப்பாங்க. அதனால், உலகம் பூராவும் உள்நாட்டுக் கலவரங்கள்

வெடிக்கும். இப்பிடிச் சாகலாம். ரெண்டாவது உலகப் போர் மூண்டு குண்டு மழையால சாகலாம். மூணாவது கிருமி யுத்தம்.”

இப்படி அவர் சொல்லக்கூடும்.

மேலே கேட்ட கேள்வியை நேரிடையாகப் போட்டுப் பாருங்கள் இப்படி: “நாமெல்லாம் ஒட்டுமொத்தமா எப்ப சாவோம்?”

எதிரில் உள்ளவர்கள் சீறி எழுவார்கள். நேரடியாக உயிரைத் தைக்கிறதே!

இப்படி ஒரு கேள்விக்குப் பதில் சொல்கிறது ஒரு நாவல். ‘கடற்கரையில்’ என்ற நாவல். (ஆன் த பீச்) எழுதியவர் பிரிட்டீஸ் எழுத்தாளர் நெவில் ஷுட்.

வாசகனின் உறக்கத்தைக் கெடுக்கும் நாவல் இது. மனித குலத்தின் ஒட்டு மொத்தச் சாவு, மனிதனாலேயே நிகழும் என்றாலும், அது சாதாரண மக்களால் நிகழ்வது அன்று. யுத்த வெறி பிடித்த வல்லரசுகளின் வல்லாண்மையால் இந்த மாபெரும் விபத்து நேர்கையில், அதற்கு மூலகாரணமானவனும் அதற்குப் பலியாகியே தீர வேண்டும். அதை விதைத்தவனுக்கு அறுவடையில் முக்கியப் பங்கு உண்டு.

சரி. இனி நாவலுக்குள் பிரவேசிப்போம். ஓர் அமரிக்க நீர் மூழ்கிக் கப்பல் ஆஸ்திரேலியக் கடற்கரையில் ஒதுங்குகிறது. அணு ஆயுதப் போர் தொடங்கி முடிந்துவிட்டது. உலகம் முழுவதும் சர்வநாசம். மிச்சமிருக்கும் நிலப்பகுதி ஆஸ்திரேலியா. நீர்மூழ்கிக் கப்பல் அங்கே ஒதுங்க அதுதான் காரணம். அணுக் கதிர் வீச்சு துரத்திக்கொண்டே வருகிறது. இன்னும் இரண்டு மாதத்தில் வடக்கிலிருந்து வீசும் காற்றில் அணுக் கதிர்கள் தெற்கு நோக்கி நகரும். அப்போது ஆஸ்திரேலிய மக்கள் எல்லாரும் ஒரே சமயத்தில் சாவார்கள். எப்படிச் சாவார்கள்?

ஹிரோசிமா, நாகசாகிபோல் அல்ல. அந்த ஜப்பானிய மக்கள் கண்மூடித் திறக்கும் கணத்தில், ‘ஸ்கி’ என்று எரிந்து கரிந்து சாம்பலாகிச் சுவடற்றுப் போனார்கள். அது நல்ல சாவு! வேதனைகள் அற்ற சாவு. ஆனால், இந்தச் சாவு கொடூரமானது. எத்தனை விதமான வலிகள் உண்டோ. அத்தனையையும் தாங்கி அலறிச் சாக வேண்டிவரும்.

தோல் உரிந்து வரும். தாங்க முடியாத எரிச்சல், வலி, வாந்தி பேதி... இப்படி அது வினையாகும்.

ஒரு பத்து நாட்களுக்குக் குறையாமல் நரகத்தைத் தரிசிக்காமல் முக்தி கிடையாது. இதில் முக்கியமான விஷயம் என்னவென்றால் இது எல்லாருக்கும் தெரிந்துவிட்டது என்பதுதான். இரண்டு மாத காலத்தில், அந்த மக்கள் என்ன செய்யப் போகிறார்கள் என்பதை அந்த அமெரிக்க சப்மரீனின் ஆட்கள் அலுவலர் பலர் ஆஸ்திரேலியர் பார்வையில் கதை நகர்கிறது. அதன் பெயர் 'ஸ்கார்ப்பியன்' (தேள்).

அந்த நீர்மூழ்கிக் கப்பலின் பிரதான பாத்திரம் பீட்டர். இவன் அந்தக் கப்பலின் தொடர்பு அதிகாரி. அவன் ஆஸ்திரேலியக்காரன். இவன் குடும்பம் அங்கே இருக்கிறது. மனைவி கைக்குழந்தை, நீர்மூழ்கி இனித் திரும்பிச் செல்ல வழியில்லை.

அவர்கள் அனைவரும் அங்கேயே சமாதியாகப் போகிறார்கள். அந்தக் கடற்கரை நகரின் கதி என்ன? அதே தான். காலம் சொட்டுச்சொட்டாக வடிந்துகொண்டிருக்கிறது. இது எல்லாருக்கும் தெரியும். தெரிந்து என்ன செய்கிறார்கள்? தங்கள் நிறைவேறாத ஆசைகளைத் தீர்த்துக்கொள்ள ஆரம்பித்து விடுகிறார்களா?

தங்கள் பழைய பகைகளை ஆவேசத்துடன் நிறைவு செய்து கொள்ள ஆரம்பித்து விடுகிறார்களா? அல்லது எல்லாம் முடிந்தது. இனி என்ன என்று தற்கொலைக்கு முயல்கிறார்களா? இவற்றையெல்லாம் கவனத்தில் கொண்டு அரசு என்ன செய்கிறது? கடைவீதி எப்படி இருக்கிறது? கல்வி நிலையங்கள் எப்படிச் செயல்படுகின்றன? ஆலயங்களில், 'ஆண்டவரே. எம்மைக் காத்தருளும், என்று பிரார்த்தனைகள் நடக்கின்றனவா? நகரப் போக்குவரத்து என்ன ஆகின்றது?

உணவு விடுதிகள், சுற்றுலாத் தலங்கள், கேளிக்கை மையங்கள், விளையாட்டு அரங்கங்கள், திரைப்பட அரங்குகள் வெறிச்சோடிக் கிடக்கின்றனவா? இப்படியே கற்பனை செய்து கேள்விகள் கேட்டுப் பாருங்கள். எல்லாவற்றிற்கும் எவ்வாறான பதில்கள் கிடைக்கும்? நம்மால் எளிதில் யூகிக்க முடியாது. நமது மனம் தடுமாறுகிறது. குழப்பமடைகிறது. கொஞ்சம்

யோசிக்கலாம். புத்தகத்தை மூடி வைத்துவிட்டு, நான் கற்பனை செய்கிறேன். தமிழ் சினிமா பாணியில்...

“டேய். மச்சான், வாடா அந்த நாயைக் கண்டதுண்டமா வெட்டிப் போட்டுட்டு வரலாம்”

“யாரெ?”

“அதாண்டா, நம்ம சாதிப் பொண்ணெ இழுத்துக்கிட்டு ஓடிப் போனானே. அந்தக் கீழ் சாதிப் பயலே.”

“விடு மச்சான். அவனுக்கும் நமக்கும் ஒரு முடிவுதாம்பா. கொஞ்ச நாள்.”

“முடியாது மச்சான் கோர்ட்ல, ஜெயிச்சிட்டு நம்மப் பாத்து நக்கலா சிரிச்சிட்டுப் போனானே அந்தச் சின்ன ஜாதிப் பய. அப்பவே அந்த கோர்ட் வாசல்ல வெச்சு நான் சொன்னனே, உன் சாவு எங்கையில தாண்டாண்ணு நெனவிருக்கா? வா போட்டுத் தள்ளலாம். எந்த போலீஸ் நம்மள எப்படிப் புடிக்கும் பாத்திரலாம்.”

இப்படி ஓடுகிறது என் தமிழ் சினிமா புத்தி. என்ன செய்ய, நான் வளர்ந்த விதம் இப்படி. ஆனால் நெவில் ஷுட்... கடற்கரை நாவலில் காட்டும் காட்சிகள் நமக்கு அதிர்ச்சி தருகின்றது.

மரணம் சர்வ நிச்சயம். இதோ கைக்கெட்டும் தூரத்தில் என்னும்போது, மனிதகுலம் தனது ஆதி நிலைக்குத் திரும்பிவிடாது. ஒரு பக்குவ நிலையை அடைந்துவிடும் என்று, காட்சிகளைக் காட்டுகிறார் நாவலாசிரியர்.

‘மனிதன்’ ஆ, என்ன அழகான சொல், என்று மகாகவி சேக்ஸ்பியரும், மாக்சிம் கோர்க்கியும் செதுக்கிய வாக்கியம் பெருமிதத்தோடு உயிர் பெறுகிறது இங்கே.

கடற்கரை நகரத்தின் மேல் எந்தச் சோக மேகமும் கவிழ்வதில்லை. யாரும் ஒப்பாரி வைத்து ஓலமிடுவதில்லை. எவரும் கொலை வெறிகொண்டு பழைய பழி தீர்க்கப் பாய்வதில்லை. யாரும் வீட்டிற்குள் முடங்கிக் கிடப்பதில்லை.

யாரும் வரப்போகும் ‘ஒட்டுமொத்தச் சாவு பற்றிப் பேசுவதும் இல்லை.

கடை கண்ணிகள் திறந்திருக்கின்றன. வியாபாரம் நடக்கிறது. அங்கே பேரம் பேசவும் செய்கிறார்கள். 'என்னப்பா, இந்த விலை சொன்னா, எப்படி?'

கட்டுபடி ஆகாதுங்க. வேண்ணா எடுங்க. இல்லேண்ணா விட்டிருங்க.

அலுவலகங்கள் இயங்குகின்றன. போக்குவரத்துச் சீராக நடக்கிறது. திரையரங்குகளில் நல்ல கூட்டம். கால் பந்தாட்டம் உற்சாகமாக நடக்கிறது. 'கார் ரேஸ்' முன்னைவிட உக்கிரமாக நடக்கிறது. பிள்ளைகள் பள்ளிக்குப் போய் வருகிறார்கள். என்ன பெட்ரோல் குறைந்துகொண்டே வருகிறது. சைக்கிள்களைப் பயன்படுத்த ஆரம்பிக்கிறார்கள்.

என்ன, எல்லாரும் நடிக்கிறார்களா, கடவுளின் முகத்தில் கரிபூச?

இல்லை! இது ஒரு பரிபக்குவம், மகாஞானம்! எந்த யோகிக்கும், ஞானிக்கும், மகானுக்கும் எளிதில் கிட்டாத. எட்டாத உச்சநிலையை மரணத்தின் சர்வ நிச்சயத் தன்மை வழங்கிவிடுகிறது. மனித குலத்திற்கு மரணம் வழங்கும் மகாஞானம்.

இந்த மகா பயங்கரத்தின் பின்னணி பற்றி மூல காரணம் பற்றி, மூலகாரணவர் பற்றி ஆசிரியர் இறுதிப் பேசுவதே இல்லையா? பேசுகிறார். நாவலில் இறுதிப்பக்கங்களில், பீட்டரின் மனைவி கேட்கிறாள்.

'பீட்டர், ஏன் நமக்கு இப்படியெல்லாம் நடக்குது? நாம என்ன தப்பு செஞ்சோம்? இந்த ரஷ்யா, சீனா சண்டப் போட்டுக்கிட்டு இப்படிச் சர்வநாசம் பண்றாங்களா?"

பீட்டர் சொல்கிறான். "அதில் அமெரிக்கா, பிரிட்டனையும் சேத்துக்க. அங்க செய்யற அற்பத்தனங்கதான் இதுக்கெல்லாம் காரணம்"

"நம்மால ஒண்ணும் செய்ய முடியாதா?"

"முடியாது! இதெல்லாம் மேல் மட்டத்து ஆட்களோட அற்பத்தனம்தான் காரணம்னு சொல்லிக்கிட்டே சாகலாம். அவ்வளவுதான்"

அவர்களுக்கு எல்லாம் தெரிந்துதானிருக்கிறது. செயலற்ற நிலை, மனிதகுலம் மந்தையாக்கப்பட்ட நிலை. ஒரு புதிய சிக்கலும், ஒரு புதிய வழியும் எதிர்ப்படுகின்றது. பெரியவர்கள் வேதனைகளை அனுபவித்துச் சாவார்கள். வயதானவர்கள் எல்லாரும் சுத்தமாகச் செத்த பிறகும் குழந்தைகள் கொஞ்ச காலம் உயிர் பிடித்திருக்கும். அப்புறம் பசித்த நாய்கள். நினைத்தாலே பகீர் என்கிறது.

வாயிலும் வயிற்றிலும் போக, சொல்ல முடியாத வேதனைகளாலும் பசியாலும், திக்கற்று அநாதைகளாய்க் குழந்தைகள் மட்டும். அதே பசி வெறி கொண்ட நாய்க் கூட்டம். இதைப் பீட்டர் பக்குவமாகச் சொல்ல ஆரம்பிக்கவும் 'அய்யோ' என்று அலறுகிறாள் மேரி. அப்புறம் தாய்மையின் ஆவேசம். எரிமலையாய் வெடிக்கிறது. "பாவி, சண்டாளா. நீ ஒரு மனுசனா? கொலைகாரன், ஈவிரக்கமில்லாத ராட்சசன். இந்தச் சின்னக் கொழந்தையை கையால கொல்லச் சொல்றயா? நீ இப்படிப்பட்ட மனுசன்னு தெரிஞ்சிருந்தா உன்னக் கல்யாணமே பண்ணியிருக்க மாட்டேன். அய்யோ, படுபாவி, பச்சக் கொழந்தயெ... என்று ஆவேசம் கொண்டு குமுறுகிறாள். பீட்டரால் அவளை அப்போது சமாதானம் செய்ய முடியவில்லை.

விஷயம் என்னவென்றால், இம்மாதிரியான அசம்பாவிதங்களைத் தவிர்ப்பதற்காக அரசு தற்கொலை மாத்திரைகளைத் தயாரிக்க ஆரம்பித்துவிட்டது. அவசர அவசரமாக! எல்லா மருந்துக் கடைகளிலும், அஞ்சல் நிலையங்களிலும் அவை கிடைக்கும். இலவசமாக! இதுவும் எல்லாருக்கும் தெரியும். மக்கள் யோசித்துக் கொண்டிருக்கிறார்களோ?

அப்புறம் எவ்வளவோ சம்பவங்கள் நிகழ்கின்றன. மனிதரின் விசித்திரமான ஆழ்ந்த பண்புகள் நம்மை வியக்க வைக்கின்றன. இறுதி முடிவு உறுதியாகிவிடும்போது மனித மனம் எப்படி எல்லாம் செயல்படும் என்பது நம்மால் ஊகிக்க முடியாத ஒன்று. நேரம் நெருங்க நெருங்க மேரி பக்குவம் அடைகிறாள்.

"சரிங்க. உங்க யோசனைப்படியே செய்வோம்" என்று குழந்தையை எடுத்துக்கொண்டு போகிறாள். பின் சற்று நேரத்தில் திரும்பி வந்து தொட்டிலில் கிடத்துகிறாள். "இந்தாங்க!" என்று

ஒரு சிவப்பு மாத்திரையை அவனுக்குக் கொடுத்துவிட்டுத் தானும் ஒன்றை வாயில் போட்டுக்கொண்டு படுக்கையில் சாய்கிறாள். கணவனை அணைத்தபடி...

சாவு அவர்களை வென்றதா, அல்லது அவர்கள் சாவை வென்று விட்டார்களா?

இன்னொரு அந்திமக் காட்சியைப் பார்ப்போமா? அதே நீர்மூழ்கியில் பணியாற்றும் ஜான்ஆஸ்போர்ன் தன் தாயைப் பார்க்கப் போகிறார். அம்மா படுத்திருக்கிறாள், தளர்ந்துபோய்.

"அம்மா, எப்படி இருக்கீங்க?"

"இருக்கம்பா, ரொம்பத் தளர்ச்சியா இருக்கு. டாக்டர் சொன்னபப்படிதான் நடக்குமா?"

'ஆமாம் மா!"

"ஏம்ப்பா, சாகறது ரொம்பக் கஷ்டமா?"

"அப்படியெல்லாம் ஒண்ணும் சிரமம் இருக்காதம்மா. பில்ஸ் இருக்கில்ல?"

"ஆமாமா. ஏம்பா, பிரிட்ஜில பால் ஏதாச்சும் மிச்சமிருக்கா?"

"ஜான் போய் எடுத்து வந்து, தாயின் படுக்கை அருகில் வைத்துவிட்டு, கொஞ்சம் வெளியே போய்விட்டு வருகிறேன்" என்று சொல்லிக் கதவைச் சாத்திவிட்டு வெளியே போகிறார். சற்று நேரம் கழித்துத் திரும்பிவந்து பார்க்கிறார். அம்மா அப்படியே படுத்திருக்கிறாள்.

பால் கொஞ்சம் குறைந்திருக்கிறது.

சிவப்பு மாத்திரை இல்லாத கிழிந்த காகிதம். அதனருகே ஒரு கடிதம். அம்மா எழுதியது.

அன்பு மகனே,

உன் விடுமுறை நாளை நான் கெடுத்துவிட்டேன். கவலைப்படாதே!

என் அறையில், என் படுக்கையில் இப்படியே என்னைக் கிடக்க விட்டுவிட்டு, கதவைச் சாத்திவிட்டுப் போ! என் பொருள்கள் எல்லாம் இப்படியே சுற்றி இருக்கட்டும். சவ

அடக்கம் தேவையில்லைதானே? எனக்கு நாய்க்குட்டி 'மிங்' கை நெனச்சாத்தான் ரொம்ப ரொம்ப வருத்தமா இருக்கு. என்ன செய்ய? நீ கார் ரேஸ்ல ஜெயிச்சதற்கு எனக்கு ரொம்ப சந்தோசம்.

மிகுந்த பாசமுள்ள உன் அம்மா.

ஏராளமான சம்பவங்கள் இருந்தாலும், அவை பைத்தியக்காரத்தனமாய்த் தோன்றினாலும், நகைச் சுவையாய்த் தென்பட்டாலும் அவையெல்லாம் மனித மனதின் கோமாளித்தனமான, அர்த்தமுள்ள ஆட்டங்கள். இறுதிப் பக்கத்தை நான் சொல்லித்தான் ஆக வேண்டும். ட்வைட் டவர்ஸ் என்பவர்தான் அந்த நீர்மூழ்கியின் கமாண்டர். அவரும் ஆஸ்திரேலியாக்காரர்தான். அவர் கடைசியாக முடிவின் முடிவுக்கு வந்துவிட்டார். அவர் மைரா என்ற பெண்மணிக்கு போன் செய்கிறார்.

"எப்படி இருக்கே மைரா?

"ஆ நல்லா இருக்கேன். நீங்க?"

"சப் மரைனெ சமாதி ஆக்கணும் அதான் கடைசியா, சொல்ல நெனச்சேன்."

"அது எப்படி?"

"எட்டு மணிக்கு, வெளிச்சமா இருக்கும்போதே முடிச்சிட்டா நல்லது."

"நான் அங்க இருப்பேன்!"

போனை வைத்துவிட்டு அவள் மேலே போனாள். படுக்கையில் அம்மாவும், அப்பாவும் நீட்டி படுத்திருந்தார்கள். அப்பா, கண் விழித்துப் பார்த்தார். அம்மா நினைவின்றிப் படுத்திருந்தாள்.

"அந்த ஜன்னலெ நல்லாத் தொறந்து வச்சிட்டுப் போம்மா!" என்றார் அப்பா. மைரா, சாளரத்தை அகலத்திறந்தாள். பிறகு அறைக் கதவை மூடினாள். கீழே போய்க் காரை எடுத்தாள். சாலைக்கு வந்ததும் கண்மண் தெரியாமல் ஓட்டத் துவங்கினாள். எந்த 'லிமிட்'டும் அவளைத் தடை செய்யவில்லை.

நகரைத் தாண்டி... விமான நிலையம் தாண்டி கலங்கரை விளக்கம் தாண்டி நெடுஞ்சாலையில் பறந்தது கார்.

வெறிச்சோடிக் கிடந்த, கடற்கரையையொட்டிய நெடுஞ் சாலையில் கார் பறந்தது. அது அவள் ஆசைப்பட்டு வாங்கிய பந்தய கார். கடல் வெறிச்சோடிக் கிடந்தது. ஒரு கப்பல், ஒரு படகு கண்ணில் தென்படவில்லை. காரைச் சட்டெனச் சாலையின் குறுக்கே நிறுத்தினாள். கீழே இறங்கிப் பார்க்கையில் வெகு தூரத்தில், மெல்லிய பனித்திரையின் ஊடே. அடிவானத்தில் ஒரு சின்னக் கருப்புத் துண்டுக் கோடு.

ஆம், அதுதான், ஸ்கார்ப்பியன், அதன் மேல ட்வைட்டவர்ஸ் நின்று கொண்டிருப்பார்.

மெல்ல அந்தச் சிறு கோடு மறைந்தது.

மைரா தன் காருக்குத் திரும்பினாள்.

உள்ளே ஏறி அமர்ந்தாள்.

சிவப்பு மாத்திரையை வாயில் போட்டுக்கொண்டு. ஒரு வாய் பிராந்தி குடித்து விழுங்கினாள்...

இந்த நாவலின் சாரம், மகாகவி டி.எஸ். எலியட்டின் வரிகளில் புதைந்துள்ளது.

'இந்த உலகம் முடியப் போகிறது. இப்படித்தான். இப்படித்தான்... இப்படித்தான்... ஒரு பெருவெடிப்பினால் அல்ல: ஒரு முக்கல் முனகல்கூட இல்லாமல்!'

* * *

வேக எல்லை கடக்கும் தருணம்...

எனக்குள் மிகப்பெரிய தாக்கத்தை ஏற்படுத்தி அதிர்வுகளை உண்டாக்கிய ஒரு சில படைப்புகளில், முக்கியமானது இந்த ஞானப் பறவையின் கதை.

வானம்பாடி இயக்கத்தின் சூறாவளி நடுவே சுழன்றுகொண்டிருந்த காரணத்தால், இந்தப் புத்தகத்தின் மேலட்டையில் சிறகு விரித்த பறவை என் கவனத்தை ஈர்த்திருக்க வேண்டும்.

அதனால், சட்டென எடுத்துப் பிரித்துப் பார்த்ததில் உள்ளே எம்மைப் போலவே பல பறவைகள் சிறகு விரித்துப் பறப்பது கண்டு, உடனே படிக்க ஆரம்பித்தேன்.

மிகப்பெரிய ஆலய கோபுரத்தின் கனத்த பெரிய கதவுகள், தடாலெனத் திறந்து கருவறைக் காட்சிகள் தெரிவதுபோல, அதுவரை, புதிராய்ப் புலப்படாதிருந்த பிரபஞ்சக் கதவுகள் என் முன் திறந்துகொண்டன.

அப்போது, கருவறைக்குப் பதிலாக மாபெரும் வெட்டவெளி என்முன் விரிய, கண்கள் கூசின.

'சீகல்' என்ற பறவைச் சாதிக்கு விதிக்கப்பட்ட பறக்கும் எல்லையைக் கடக்க, ஜோனதன் என்ற பறவைக்கு உந்துதல் ஏற்பட்டு, விதி மீறியபோதுதான், எல்லையற்ற பிரபஞ்ச வெளியும், கட்டற்ற வேகமும் வேக ஞானமும் வாய்க்கின்றன...

மானிடசாதிக்கு ஞானவாசல் திறக்கும் இந்தக் கடற்புறா, தனது பறவைச் சாதியின் ஏச்சுப் பேச்சு, சாதி விலக்கு போன்ற துயரங்களை ஏற்க நேர்கின்றது என்பதைக் கவனத்தில் கொள்ள வேண்டும். தனது விடுதலைக்கு அது கொடுத்த விலைகள் அவை.

கைக்கெட்டும் தூரத்தில் தொங்குவதல்ல ஞானக்கனி என்பது அதன் வாழ்வு சொல்லும் செய்தி, அதன் வாழ்வை முழுசாய் அங்கீகரித்தபோது, என் உள்முகப் பயணமே வெட்ட வெளிப் பிரபஞ்சப் பயணமாய் விரிந்தது.

அவை இரண்டும் ஒன்றாயின.

'ரிச்சர்ட் பாக்' இந்த ஞானப் பறவையை உருவாக்கியதுகூட வான்வெளிக் காட்சியிலிருந்துதான். ஒற்றை ஆள் விமானத்தில் ஏறி அவர் எதையோ தேடிப் பறந்துகொண்டிருந்தபோதுதான். அவரது மனவெளியில் உருவெடுத்தது இந்தப் பறவை.

ஆலாய்ப் பறக்கும் மனித குலத்திற்குப் 'பறப்பதெல்லாம் உண்பதற்காகவே' என்பது எளிதாய் விளங்கும்.

'நான் உண்பதெல்லாம் பறப்பதற்காகவே' என்று சிறகு விரிக்கும் சீகல் பறவையின் கூற்று, எளிதில் ஏற்றுக்கொள்ள இயலாததாகவே இருக்கும்.

ஜோனதன் துணிந்து மேலே மேலே பறந்தபோது, மற்றவை கூட்டமாகப் பின் பற்றாவிட்டாலும், நான்கு பறவைகள் பின் தொடர்ந்து பறக்கவே செய்தன.

ஞானவழி எப்போதும் நெரிசலற்றதாகவே இருக்கும்!

ஒரு மாபெரும் உலக சாதனையாளருக்கு வாய்க்கும் மணி மகுடம், அமெரிக்க 'டைம்' இதழின் அட்டையை அலங்கரிப்பது என்று கருதப்படுகிறது. அந்த மாபெரும் கவுரவம் ஜோனதன் பறவைக்கும், ரிச்சர்ட் பாக்குக்கும் வாய்த்தது.

ஆரம்பத்தில் என்னவோ இந்தச் சிறிய புத்தகம் குழந்தைகளுக்கான கதைப் புத்தகமாகத்தான் அடையாளம் காணப்பட்டது.

அது, நமது பார்வையின் சிறுபிள்ளைத்தனம்!

அப்புறம்தான் இதன் பெருமையை உலகம் உணர்ந்து கொண்டது. அதற்குப் பிறகு, இது கோடானு கோடியாகப் பெருவெள்ளப் பெருக்காக, உலகை ஆட்கொண்டது.

முகப்பு அட்டைமுதல், கடைசி அட்டைவரை எதுவும் மாறாமல், பல்வேறு வடிவங்களில் இது அவதாரம் எடுத்துக் கொண்டே இருக்கிறது. ஒரு தீப்பெட்டி அளவில்கூட வந்துவிட்டது.

1972ல் முதன்முதலாக வெளிப்பட்ட இது நமது காலத்தின் மகத்தான ஞானக் களஞ்சியம், காலத்தை வென்ற ஞானப் பறவை. ஆனால், இப்படிப்பட்டவர்களாலேதான் எல்லைகள் கடக்கவும், மதில்கள் தாண்டவும், வேலிகள் தகர்க்கவும் சாத்தியமாகும். இதைப் படிக்கப் படிக்க நீங்கள் பறக்க ஆரம்பித்துவிடுவீர்கள். அப்புறம் கரையில் நின்று வேடிக்கை பார்க்க உங்களால் முடியாது. பறந்தே ஆக வேண்டும். ஜோனதன் பின்னால், இவன் அப்படி உங்களை ஈர்த்துவிடுவான்.

ஜோனதனின் காந்தப் புலத்திற்குள் பிரவேசிப்பது சற்றுச் சிரமம்தான். ஏனென்றால், நீங்கள் பூமியின் சனாதன ஈர்ப்பை உதறித் தள்ளிவிட்டு, ஞானப் பறவையின் ஈர்ப்பு விசையற்ற பிரதேசத்திற்குள் பாய வேண்டி நேர்கிறது.

அது ஒரு கணப் பொழுதுதான், 'கடக்'கெனக் கடத்தல். அப்புறம் உங்களை எதுவும் கீழ் நோக்கி இழுக்கச் சக்தியற்றதாகிவிடும்.

எல்லையைக் கடக்கும் அந்தக் கணத்திற்கு அடுத்த கணத்தில் பிரபஞ்சவெளி உமக்கு வசப்பட்டுவிடும்.

அதற்குப் பிறகு நீங்கள் பறவையாய் அல்லாமல் வெறும் பறப்பாகவே மாறிவிடுவீர்கள். அந்தப் பறப்பின் பயணத்திற்கு, திக்கும் இல்லை; முடிவும் இல்லை.

ஒரே சமயத்தில் உள்ளும் வெளியுமாய், அகமும் புறமுமாய் அது அமைகிறது என்பதை இந்தப் பறவையின் பெயரே புலப்படுத்துகின்றது.

'ஜோனதன் லிவிங்ஸ்டன் சீகல்' சீகல் என்பது கடற்புறா அவ்வளவுதான். கடல் சார்ந்து வாழும் ஒரு பறவைச் சாதியின்

பெயர்தான் இது. ஆனால் இதன் முழுப் பெயர் பொருள் பொதிந்ததாக அமைந்திருப்பதாகவே எனக்குத் தோன்றுகிறது.

கற்பனை உலகில் அதுவரை எவரும் சென்றிராத அரிய பிரதேசங்களுக்கு நம்மை முதன் முதலாக அழைத்துச் சென்ற 'கல்லிவரின் பயணங்கள்' என்ற புதினத்தைப் படைத்தவர் ஜோனதன் ஸ்விப்ட். அது குழந்தைகளுக்காக எழுதப்பட்ட கதை என்றாலும் ஆழமான, சிந்தனைபூர்வமான, தத்துவார்த்த அம்சங்களை உள்ளடக்கி இருப்பதாக, விமர்சகர்கள், ஆதாரங்களுடன் எடுத்துக்காட்டியிருக்கிறார்கள்.

ஒரு நீண்ட மனவெளிப் பயணம் அது.

அடுத்துள்ள லிவிங்ஸ்டன் என்ற பெயர் அதுவரை வேற்று மனிதர்களின் காலடிபடாத இருண்ட ஆப்பிரிக்கக் காடுகளைக் கிழித்துக்கொண்டு ஆபத்தான பயணம் மேற்கொண்டு விக்டோரியா பேரருவியைக் கண்டறிந்து உலகிற்கு உணர்த்தியவர் லிவிங்ஸ்டன்.

அகம் – புறமாகிய இருவழிப் பயணங்களின் குறியீடாக, 'ஜோனதன் லிவிங்ஸ்டன் சீகல்' என்ற பெயரை அவர் அமைத்திருப்பதாகவே தோன்றுகிறது.

இந்தப் புத்தகத்தில் வரும் பல பறவைகளின் பெயர்களும், இவ்வாறே ஏதேனும் ஓர் அம்சத்தைச் சுட்டிக் காட்டுவதற்காகவே அமைந்திருப்பதாக எண்ணத் தோன்றுகிறது. இதைச் சிந்தித்துப் பார்க்குமாறு வாசகர்களைக் கேட்டுக் கொள்கிறேன்.

அந்தப் பெயர்கள்: ஃப்ளெட்சர்லிண்ட், மார்ட்டின் வில்லியம், சார்லஸ் ரோலண்ட், கிரிக் மேனார்ட், ஹென்றி கால்வின், டெரன்ஸ் லவல்.

தேடல் ஆர்வம் கொண்ட பூமிப் பறவைகளுக்குக் குருவாகிறான் ஜோனதன்.

ஆனால், அவனுக்கும் ஒரு குரு வாய்க்கிறார்.

அந்த வாய்ப்பு, எல்லையற்ற வெளியில், மேலே மேலே போகும்போது கிடைக்கிறது... அந்தக் குரு எப்போதும் கீழிறங்கி வராமல் வெளியையும், ஒளியையும் புசித்து, வெட்ட வெளியில் வாழ்ந்துகொண்டிருப்பதாகத் தோன்றுகிறது.

அந்த ஞான குருவின் பெயர்: சியாங். சீனப் பெயர்! போதிதர்மர் நினைவுக்கு வருகிறார்.!

நெடிய சிந்தனை மரபும், ஞானச் செழுமையும் கொண்ட சீனத்தின் இந்தப் பெயர். இந்தப் புத்தகத்தின் மெய்ஞ்ஞானப் போக்குக்குக் கதவு திறந்து விடுகிறதல்லவா?

எப்போதும், எல்லாமும் ஓயாமல் மாறிக்கொண்டே இருக்கும் நிரந்தரமற்ற பிரபஞ்சத்தில், நிரந்தரமானது ஒளியின் வேகம் மட்டுமே என்று கருதப்பட்டது. ஒளியின் மாறாத வேகம், வினாடிக்கு மூன்று லட்சம் கிலோ மீட்டர் என்று சொல்லப்பட்டு வந்தது அண்மையில் தகர்ந்து போயிற்று. ஒளியை விஞ்சிய வேகம் உண்டு என்பதை நிரூபித்துக் காட்டிவிட்டார்கள்.

ஒளியை விஞ்சும் வேகத்தைக் கடப்பதற்கு வழி காட்டுகிறது மெய்ஞ்ஞான குரு சியாங்.

முதலில் தூரம் தேடும் வேகமாக இருந்தது ஜோனதன்.

தூரம் என்பது வெளி.

வேகம் என்பது காலம்.

தீவிரமான தேடலில், கால இடங்கள் ஒன்றாகிவிடுகின்றன.

அந்த ஒன்றையும் கடக்கும்போது பரிபூரண விடுதலை சித்தித்துவிடுகிறது.

பறவை, வெறும் சிறகாக மாற, பிறகு அதுவும் கரைந்து பிரபஞ்சமே ஆகிவிடுகிறது.

'நீ என்றும் நானென்றும் இரண்டில்லை' என்ற ஞானச் சங்கமம்!

இந்த அருமையான, ஆழமான, ஞான மலரை, அழகிய இனிய மணக்கும் தமிழில் வழங்கியிருக்கிறார் என் அருமைத் தோழர் அவை நாயகன்.

இவர் ஒரு நல்ல கவிஞர். நல்ல என்ற அடைமொழிக்குக் காரணம், இவர் கவிதைகள், மூளையிலிருந்து பிறக்காமல் இதயத்திலிருந்து உதிப்பவை.

இயற்கைத் தாயின் மடியில் தவழும் பேறு பெற்றவர்.

காடு மேடு, மலைகள், பள்ளத்தாக்குகளில் எவ்வித அச்சமும் இன்றி அலைந்து திரிபவர். மரம், செடி, கொடி, புல், பூண்டு, பூச்சி, புழு, விலங்கு, பறவைகள் எல்லாம் இவருக்கு நேசர்கள். தென்னகக் காடுகளின் சுதந்திரப் புலிகள் எல்லாவற்றிற்கும் இவரை நன்றாக அடையாளம் தெரியுமென்றே எனக்குத் தோன்றுகிறது.

பூமி மண்ணை முழுமையாய் நேசிக்கும் என் தோழரின் பார்வை இப்போது வானுக்குத் திரும்பியிருக்கிறது.

'காற்றிலேறி விண்ணையும் சாடும்' வல்லமை ஜோனதனின் அறிமுகத்தால் இவருக்கு வாய்த்திருக்கிறது. இதைத் தாய்த்தமிழில் சொல்ல சகல தகுதிகளும் இவருக்கு உண்டு என்பது என் அழுத்தமான கருத்து. இதைக் கைகளில் ஏந்தியுள்ள நீங்கள் சாதாரண மனிதரிலிருந்து வேறுபட்டு விடுகிறீர்கள்.

கதவு திறந்து உள்ளே சென்று

தேடுங்கள்!

கண்டடைவீர்கள்

உங்கள் இதயக் கூட்டுக்குள்

சிறகு விரிக்கத் தவிக்கும்

ஞானப் பறவையை!

* * *

மருந்தென வேண்டாவாம் யாக்கைக்கு

இருபத்தைந்து நூற்றாண்டுகளுக்குப் பிறகு நோய்களை ஒழிக்க மருந்துகளை ஒழியுங்கள்! என்று அதிரடியாக ஆரம்பித்திருக்கிறார், ஒரு பெரிய மருத்துவ மேதை.

டாக்டர் பி.எம்.ஹெக்டே. ஒரு சர்வதேச மருத்துவ நிபுணர், புகழ்பெற்ற நமது மணிபால் மருத்துவப் பல்கலைக்கழகத்தின் துணைவேந்தராய் இருந்தவர். இலண்டன், எடிந்பரோ, கிளாஸ்கோ, டம்ளின் போன்ற நகரங்களில் மேல் பட்டங்கள் பெற்றவர்; பாரதிய வித்யாபவன் தலைவராக இருந்தவர். வடக்கு கொலராடோ பல்கலைக் கழகத்தின் தலைவராய் இருந்தவர், உலக முழுவதும் மருந்து ஆய்வு மையங்களில் தொடர்பு கொண்டவர், தற்போது மங்களூரில் வாழ்ந்து வருபவர்.

அண்மையில் கமல்ஹாசன் அவர்களைச் சந்தித்தபோது, நாங்கள் போன காரியத்திற்கும் முக்கியத்துவம் தராமல் உடனே ஹெக்டேயின் புத்தகத்தைப் படியுங்கள் என்று அழுத்தமாகச் சொன்னார்.

அவர் சொன்ன புத்தகம்தான்.

மருத்துவக் கல்லூரிகளில், டாக்டர்களுக்குக் கிடைக்காமல் போன பாடம் என்ன? என்பது

பெங்களூர் சப்னா புத்தக மையம் ஒன்றிலிருந்து நூலைத் தருவித்துப் படித்தபோது பெரிய அதிர்ச்சிதான்.

டாக்டர் ஹெக்டே அவர்களின் சிந்தனைகள், நமக்குக் கொஞ்சம் தெரியும்தான். ஆனால், அந்தப் பெரிய உண்மையை மிகச் சிறியதாக எடுத்துக்கொண்டு நல்லதைப் புறந்தள்ளிவிட்டோம். ஹீலர் பாஸ்கர் நாள்தோறும் தொலைக் காட்சியில் அடித்துச் சொன்னாலும், இடித்துச் சொன்னாலும், உடனே மருந்துக் கடைக்கு ஓடுவதில்தான் நமது கவனம்.

இப்போது டாக்டர் ஹெக்டே, நமது உடல்நலம் பற்றி ஆதாரபூர்வமாக, பல சான்றுகளுடன், ஆவண ஆதாரங்களுடன் சொல்கிறார்.

எல்லா நோய்களுக்கும் மருந்துகள் உண்டு. அந்த ரசாயன மருந்துகள், பெரிய பெரிய கம்பனிகளால் உற்பத்தி செய்யப்படுகின்றன. விளம்பர, வினியோக, மருத்துவர்களை அணுகி, பல சலுகைகள், பரிசுகள் தந்து வழங்கிவிட்டுப் போகிறார்கள். சுற்றுவட்டார மருந்துக் கடைகளுக்கும்.

டாக்டர்கள் அவற்றையே பரிந்துரைக்கிறார்கள். அது மட்டும்தான் அக்கம்பக்க மருந்துக் கடைகளில் கிடைக்கும்.

நமக்குத் தெரியாமல் அந்த மருந்து கம்பனிகளின் மாய வலையில் நாம் அகப்பட்டுக் கொள்கிறோம்.

உலக மகா ஊழல்களில், பகிரங்கமாகச் செய்யப்பட்டு வரும் ஊழல் மருத்துவ ஊழல்தான்.

இந்த மருந்து கம்பனிகள் சாதாரணமானவை அல்ல. பகாசுர கம்பனிகள். இவற்றின் சட்டைப் பைக்குள் பல அரசாங்கங்களே இருக்கின்றன.

அந்த அரசுகள் இந்த கம்பனிகளுக்கு எதிராகப் போக முடியாது.

காலனி ஆதிக்கம்போய் கம்பனி ஆதிக்கம் வந்திருக்கிறது. இவை மிக நுட்பமாகச் செயல்படுவதால் அதற்கு நாம் இரையாகிப் போயிருக்கிறோம்.

டாக்டர் ஹெக்டே என்ன சொல்கிறார்?

நம் தலை மீது கொட்டப்படும், இரசாயன மருந்துகளை ஆரோக்கியமான நமது உடல்களுக்குள் திணித்து, புதிய புதிய நோய்களுக்கு இரையாகிக் கொண்டிருக்கிறோம். நமது நோய்களுக்கெல்லாம் காரணம் நம் நவீன மருந்துகளே.

பறவைக் காய்ச்சல், பன்றிக் காய்ச்சல், எயிட்ஸ் போன்றவை இந்த மருந்து கம்பனிகளால் உருவாக்கி உலவவிட்டவையே. பல்வேறு புதிய புதிய நோய்களின் பரிசோதனைக் களம், மூன்றாம் உலக நாட்கள்!

அப்படியானால் நாம் என்ன செய்ய?

மருந்துகள் உண்பதை நிறுத்துங்கள்!

'அய்யோ!' என்று அலறத் தோன்றுகிறதா? அஞ்சாதீர்! எல்லாம் சரியாகும் சும்மா இருந்தால்! அது எப்படி?

நமக்கு என்ன தெரியும்? ஒன்றுமே தெரியாது. ஆனால், நம் உடலுக்கு எல்லாம் தெரியும்.

நம் உடலுக்கு நம்மையும் தெரியும் தன்னையும் தெரியும்.

இது நமக்குத் தெரியாது. அதுதான் 'சிக்கல்! ஏன் இந்தச் சிக்கல்?

நம் ஒவ்வொருவருக்கும் ஓர் உடல்மொழி உண்டு. அது தான் நம் தாய்மொழி. நாம் பேசும் மொழி அல்ல அது.

நம் தாய்மொழி என்பது நம் தாயால் பெற்றுப் போடப்பட்ட நம் உடலின் மொழி அது.

நம் தாயின் மொழிகூட வேறுதான்.

நம் தாய்மொழி, நம் தாய்க்குக் கொஞ்சமாகத் தெரியும். அது நம் குழந்தைப் பருவத்தில், அப்புறம் நம்மொழி தனிமொழி. நம் தாய் தந்தையருக்கும் தெரியாது. நம் குடும்ப டாக்டருக்கும் தெரியாது. மருத்துவ நிபுணருக்கும் தெரியாது. நவீன அறிவியல் மருத்துவ பரிசோதனைக் கருவிகளுக்கும் தெரியாது.

பின், யாருக்குத்தான் தெரியும்?

யாருக்குமே தெரியாத தனிமொழி நம் உடலின் மொழி. நன் உடலின் மொழி ஒவ்வொருவருக்கும் தனித்தனி சொந்தமொழி!

நமக்கு ஏதாவது ஏற்பட்டால், அதற்கு டாக்டரிடம் போய்க் கேட்டால் அவருக்கு எப்படித் தெரியும். அவர் நம்மையே கேட்பார். 'என்ன ஆச்சு?' என்பார். நாம் உளறினால், அந்த உளறலை வைத்து, ஒரு மாதிரியாக ஊகித்து, மருந்து மூட்டை சுமந்தவன் தந்து பரிந்துரைத்தானே அதை எழுதிக் கொடுப்பார். 'இதச் சாப்பிடுங்க, பார்ப்போம்,' என்பார்! மருந்து கம்பனிக்காக நம் உடலில் ஒரு சோதனை.

என்ன பைத்தியக்காரத்தனம்.

நம் உடலுக்குக் கேடு என்றால், நம் உடலிடம்தானே, கேட்க வேண்டும்?

கேட்க மாட்டோம்! ஏனென்றால் நமக்கு அது பழக்கமில்லை. நாம் அப்படிப் பழக்கப்படவில்லை. அதனிடம் பேசியும் பழக்கமில்லை.

இனிமேல், உடல்நிலை சரியில்லை என்றால் உங்கள் உடலிடமே கேளுங்கள்.

'என்ன ஆச்சு உனக்கு? நேற்று என்ன சாப்பிட்டாய்? நேற்று என்ன தவறு செய்தாய்?' என்று கேளுங்கள். நிதானமாய்ப் பக்குவமாகக் கேளுங்கள்.

நாம் கேட்பதில்லை. கேட்டாலும் நமக்குப் பதில் கிடைப்பதில்லை.

காரணம் என்ன?

நம் மொழி நமக்குப் புரியவில்லை.

நம் தாய்மொழி தெரியாதவர்களாக, நாம் திண்டாடுகிறோம். அதனால் தண்டனை உண்டு.

முதலில், பொறுமையாக நம் தாய்மொழியைக் கற்றுக் கொள்ளுங்கள்.

அப்போது, நம் உடல் நம்மிடம் பேசும்.

அது கத்தாது! அமைதியாகப் பேசும். அதைக் கேட்கப் பழகிக் கொள்ளுங்கள்.

நம் உடல் மிகமிக புத்திசாலித்தனமானது. அதற்கு எல்லாம் நன்றாகத் தெரியும். துல்லியமாகத் தெரியும். அதற்குத் தீர்வும் தெரியும்.

இப்படிப் பேசிப் புரிந்துகொள்ளாமல், மருந்து கம்பனிகளின் செம்மறியாடுகளாய் தலைகுனிந்து தடுமாறிப் போய், பலிகடாக்கள் ஆகிவிட வேண்டாம்.

உங்கள் தாய்மொழிக்கு வரி வடிவம் இல்லை.

ஒலி வடிவமும் இல்லை.

இதன் மொழி மௌன மொழி. அது சொல்கிறது சர்க்கரை வியாதிக்காரர்களே! வாழைப்பழம் சாப்பிடுங்கள், மாம்பழம் சாப்பிடுங்கள், தேங்காய் சாப்பிடுங்கள்! தேங்காயெண்ணையில் உள்ளது நல்ல கொலஸ்ட்ரால், எல்லாப் பழங்களையும் தாராளமாகச் சாப்பிடுங்கள்! மாம்பழம் சர்க்கரையை சமநிலையில் வைத்திருக்கும்! என்கிறார் டாக்டர் ஹெக்டே. ஆனால், நம் மருத்துவர்களோ, கூடாது என்கிறார்கள்.

நமது உடல் எப்படி நம்மிடம் சொல்கிறது?

நம் நாக்கின்மூலம் சொல்கிறது! நாக்கு மாம்பழம் சாப்பிடச் சொன்னால் அதுதான் சரி. அதுதான் உடலின் மௌனமொழி. சத்தமாய்ப் பேசும் நாக்கு உங்களிடம் மௌன மொழியில் பேசுவதைப் புரிந்துகொள்ளுங்கள்.

எந்தப் பழமும் கெடுதல் அல்ல. அந்தப் பழங்களின் இனிப்பு சர்க்கரை அளவை அதிகப்படுத்தாது!

அரிசி சாப்பிடாதே! கோதுமை சாப்பிடு! சப்பாத்தி சாப்பிடு! என்ற அறிவுரைக்குள் ஓர் அரசியல் ஒளிந்திருக்கிறது. அரிசிக்குப் பின்னாலும் அரசியல்.

சப்பாத்தி கூடாது; புரோட்டா கூடாது அரிசிதான் நல்லது. நீங்கள் எதற்கும் உங்கள் உடலிடமே பேசுங்கள். அது நல்லதே சொல்லும், அது வேண்டாம் என்றால் விட்டுவிடுங்கள்.

அது நிச்சயம் மருந்து மாத்திரைகள் வேண்டாம் என்றுதான் சொல்லும்.

சொன்னால் கேளுங்கள்!

யார் பெட்டிகளை நிரப்பவோ, ஏராளமான ரசாயன சரக்குகளை உள்ளே திணிக்கும்போது, நமது உடல் உருவமாய், வானை நோக்கி இரு கைகளையும் விரித்துக்கொண்டு, தேவனே, தேவனே, என்னை ஏன் கைவிட்டு விட்டீர்? என்று அலறும்!

அந்தத் தேவன், வேறு யாரும் இல்லை! அது நாமேதான்.

அஞ்சு காசு பெறாத சாக்பீஸ் பவுடரில் கொஞ்சம் மருந்து சேர்த்து 50 ரூபாய்க்கு விற்கின்றன மருந்து கம்பனிகள் காலாவதியான மருந்துகளுக்கு இந்தியா!

இதில் கீழ்மட்டம்வரை எல்லாருக்கும் பங்கு உண்டு. மந்திரிமார்க்குப் பெரும்பங்கு. இங்கே நடந்ததுதான்! இதற்கு ஆதாரம் உண்டு. ஆப்பிரிக்காவில் எய்ட்ஸ் நோய்க்கு 50 காசில் ஒரு மருந்து கண்டுபிடித்தார்கள். அது என்ன ஆயிற்று? இன்றுவரை அது ஏன் வரவில்லை? அதுதான் அரசியல்.

கண்ட கண்ட மருந்துகளைத் தாறுமாறாக உள்ளே திணித்து ஆண்டுக்கு 2,25,000 பேர் அநியாயமாய்ச் செத்திருக்கிறார்கள். (யு.எஸ்.சில். மட்டும்).

இப்போது மேற்கத்தி மக்கள் விழித்துக்கொண்டு விட்டார்கள்! மருந்துகளுக்கு எதிராக!

நம் உடலில் ஒரு துளை விழுந்தால், உடனே நம் உடல் அதைச் சரி செய்துகொள்ளும். தோல், தசையைச் சுருக்கி, அதை அடைக்கும். வெளியே வந்த ரத்தம் கெட்டியாகத் துளையை அடைத்துவிடும். நம் உடலின் சுய மருத்துவம் அது.

எனக்கு ஹார்ட்ல மூணு பிளாக் இருந்தது. ரெண்டு பிளாக்கை எடுத்திட்டாங்க. இன்னும் ஒரு பிளாக் பாக்கியிருக்கு. அத அப்புறம் பண்ணிக்கலாம்னு விட்டுட்டாங்க என்றார் நண்பர்.

உண்மையில், அவர் மருத்துவமனைக்குச் செலுத்த வேண்டிய காணிக்கை பாக்கியிருக்கிறது என்று அர்த்தம்.

வியட்நாம், கொரியப் போர்களில் இறந்துபோன அமெரிக்கப் படைகளின் உடல்களை ஆராய்ந்தபோது. 90% ஆட்களுக்கு உள்ளே பிளாக்குகள் இருந்திருக்கின்றன. அவர்களுக்கு அது

தெரியவில்லை. அதனால், எந்தத் தொல்லையும் ஏற்படவும் இல்லை.

நவீன மருத்துவக் கொள்ளை, நமது பயத்தின் மீது அரியணை எழுப்பி சொகுசாக நம்மை ஆண்டு கொண்டிருக்கிறது; நமது காசில்.

புற்றுநோய் பயமும் அப்படித்தான் மாம்பழம் புற்று நோய் செல்களைப் பரவாமல் தடுக்கும். சில சமயம் புற்றுநோயே புற்றுநோயைச் சாப்பிட்டுவிடும்.

நவீன மருந்துகளின் பக்கவிளைவுகளால் மட்டும் ஆண்டுக்கு ஒரு லட்சம் பேர் சாகிறார்கள் மேற்கில்! இங்கே கணக்கு என்னவாக இருக்கும்?

எளிய உணவு, அளவான உணவு, தூய நீர், நல்ல நடை, உழைப்பு, நோய்க்கஞ்சா மனம், உடல்மொழி அறிவு, நல்ல உறக்கம், நல்ல மனம், போன்ற எளிய வழிகளில் ஆரோக்கியமான வாழ்வு கிடைக்கும். செலவில்லாமல்

இரசாயன மருந்துகளே நோய்க்கான காரணம். மனித குலத்தை மருந்துகளும், மருத்துவர்களும், மருத்துவ மனைகளுடன்தான் காப்பாற்றுகின்றன என்ற கூற்று, மடத்தனமானது! என்று அடித்துச் சொல்கிறார் டாக்டர் ஹெக்டே, பல்லாயிரம் ஆதாரங்களுடன்.

"தீதும் நன்றும் பிறர்தர வாரா
நோதலும் தணிதலும் அவற்றோ ரன்ன!
- கணியன் பூங்குன்றன்

* * *

விக்டர் ஹியூகோவின் அமரத்துவ நாவல்

மரகதம் Hunch back of Notre Dame
நோத்ருதாம் தை பரி

இந்த எழுத்தாளருக்குக் கிடைத்த பெருமைபோல் உலகில் வேறு எந்த எழுத்தாளருக்கும் கிடைக்கவில்லை என்றுதான் சொல்ல வேண்டும்.

ஆரம்பத்தில் அய்ரோப்பிய நாடுகள் முழுவதும் புகழ்பெற்றார். அப்புறம் உலகப் புகழ்.

இவரது படைப்புகள் ஒரே சமயத்தில் பாரிஸ் நகரில் மட்டுமல்லாமல், நியூயார்க், லண்டன், பெர்லின், செயின்ட் பீட்டர்ஸ் பர்க் போன்ற பெரு நகரங்களில் அந்தந்த மொழிகளில் பிரசுரம் ஆயின.

தாம் வாழ்ந்த காலத்திலேயே எழுத்துக்கு அதிக ஊதியம் பெற்றவர் விக்டர் ஹ்யூகோ.

1831ல் இவர் காலமானபோது, பாரிஸ் நகரமே ஒன்று திரண்டு சாலை இருமருங்கிலும் நின்று வழியனுப்பி மரியாதை செய்தது. இவரது சவப் பெட்டியை இருபது கவிஞர்கள் சுமந்து வந்தனர்.

இவரது இறுதிஊர்வலத்தில் சாலையோரம் நின்று மரியாதை செய்தவர்களின் தொகை 50லட்சம்.

இவரை நமக்கு அறிமுகப்படுத்தியவர் யோகி சுத்தானந்த பாரதியார். இந்தியப் புரட்சியில் இவர் தீவிரவாதக் குழுவைச் சேர்ந்தவர். ஹ்யூகோவின்

நாவல் 'ஏழைபடும்பாடு' சுத்தானந்த பாரதியின் மூலமே தமிழருக்கு அறிமுகம் ஆயிற்று.

ஹ்யூகோவின் இளிச்சவாயன் (லோம்கிரி) நாவலைத்தான் மாவீரர் லெனின் தம் தலைமறைவுக் காலத்தில் திரும்பத் திரும்பப் படித்து வந்தார். அந்த அளவுக்கு அது ஓர் அரசியல் நாவலாக இருந்தது.

ஹ்யூகோவின் இந்த நோத்ருதாம் கூனன், பாரிஸ் மாதா கோயில் என்று பல பெயர்களில் குறிப்பிடுகின்றது. "நோத்ருதாம் தை பரி" என்பது பிரெஞ்சுத் தலைப்பு.

இது வாசகரை உலுக்கிவிடும் ஆழமான, அற்புதப் படைப்பு. இந்தக் கதை ஹாலிவுட்டில் 10 முறை திரைப்படமாக எடுக்கப்பட்டது. சார்லஸ் லாப்டன், லாங் சேனி, மரீன் ஓஹாரா ரூத் மில்லர், ஆண்டனி க்வின் லோலா பிரிஜிடா போன்ற பிரபல நடிகர்கள் இவற்றில் பங்கு கொண்டார்கள். வால்ட் டிஸ்னி நிறுவனம் இதை முழு நீள கார்ட்டூன் படமாகவும் தயாரித்தது.

பல விதங்களிலும் இக்கதை வெளியாகி வெற்றி பெற்றமைக்குக் காரணம் மறக்க முடியாத பாத்திரப் படைப்புகளும், அற்புதமான கதை அமைப்பும்தான்.

ஒருமுறை படித்தால்போதும் என்றென்றும் மனதை விட்டு நீங்காத பாத்திரங்கள் இதில் உயிருடன் உலா வருகின்றன.

இந்த அற்புதப் படைப்பை புதுவைக்காரர் ப.கோதண்டராமன் என்ற வழக்கறிஞர், பிரஞ்சு மொழியிலிருந்து நேரடியாகத் தமிழுக்குக் கொண்டு வந்திருக்கிறார். அற்புதமான மொழி பெயர்ப்பு. சரளமான கொந்தளிக்கும் உணர்ச்சிமயமான நடை.

இதில் வரும் பாத்திரங்கள்:

இளம் கவிஞன் கிரேள்குவார், கேப்டன் பீபஸ், தேவாலயப் பாதிரியார் க்ளாத் பிரல்லோ, குவாசிமோடோ, ஜிப்ஸிப் பெண் எஸ்மரால்டா, இவளது அதிசய ஆடு திஜாலி.

இந்த ஆறு பாத்திரங்களும் நம் மனதில் வந்து போய்க் கொண்டே இருக்கும்.

இதில், குவாசிமோடோ ஒரு ராட்சஸப் பிறவி. குள்ளமாய், தடித்த உடலுடன், வளைந்த முதுகுடன், பெருத்தத் தலையுடன்,

பூதம் போன்ற முகத்தோற்றத்துடன், ஒரு கண் மேலேயும், மறு கண் கீழே இறங்கியும்... ஒரு கோரமான உருவம். ஆனால், அசாத்தியமான ஆற்றல். சரியாகப் பேச வராது. பாதிரியாரால் அனாதைப் பிள்ளைகளின் தொட்டியிலிருந்து எடுத்து வளர்க்கப்பட்டவன்.

அவன் தட்டுத்தடுமாறி, ஜிப்ஸி எஸ்மரால்டா என்ற அழகியிடம் புலம்பும் மொழிகள் அவனை நமக்கு அதிர்ச்சியுடன் அடையாளம் காட்டும்.

"நீ கதிரவனின் தண்கதிர்; பனித்துளி;

கோகில கானம்! ஆனால், நானோ,

பயங்கர சொரூபமுள்ளவன்;

மனிதனுமில்லை... மிருகமும் இல்லை..!"

நெஞ்சை உருக்கிவிடும் இவனது காதல்! எஸ்மரால்டா என்ற ஜிப்ஸிப் பெண். பேரழகி தெருவில் நாட்டியமாடிப் பிச்சை எடுப்பவர். இந்தப் பாத்திரத்தைத்தான் பிரபல ஹாலிவுட் நடிகைகள் ஆசையுடன் ஏற்று நடித்து அசத்தினர். இவளது அழகும் ஆட்டமும்தான் நாவலின் மையக் கரு. இவள் ஒரு நடமாடும் காந்தம். ஓர் ஆனந்தப் பறவையாய்ப் பாடி, ஆடி அனைவரையும் கவர்ந்திழுக்கும் ஓர் அதிசயத் தேவதை. இவள் ஓர் ஆட்டம் ஆடிவிட்டுத் தன் கையிலுள்ள சலங்கை கோர்த்த வட்டமான தப்பை, தன் ஆட்டின்முன் நீட்டி, 'இப்போது நேரம் என்ன?' என்று கேட்டால், அது தன் கால் குளம்பால், தப்பின்மேல் பத்துமுறை தட்டும். பார்வையாளர்கள் எண்ணிக் கொண்டிருப்பார்கள் உரக்கச் சொல்லியபடி. அப்போது, கோபுர மணி பத்துமுறை அடிக்க ஆரம்பிக்கும்.

அந்த அதிசய ஆடு, ஒரு குட்டிப் பிசாசு என்று மக்கள் நினைத்து அஞ்சினார்கள். அதன் கொம்புகளும், கால் குளம்புகளும் தங்கம். அதன் பெயர் திஜாலி. அது எஸ்மரால்டா பின்னாலேயே போகும். எஸ்மரால்டா என்பது எமரால்ட் என்ற சொல்லின் திரிவு. எமரால்ட் என்பது நீலப் பச்சை மரகதமணி. அதனால்தான். மொழிபெயர்ப்பாசிரியர் இந்த நாவலுக்கு 'மரகதம்' என்று பெயர் சூட்டியிருக்கிறார்.

பெயருக்கேற்ற அழகிய மரகதமணிதான் இந்த நாவல். படம் எடுத்தவர்களும், நல்ல கதை என்று எண்ணி ஏனோதானோ

என்று தயாரிக்கவில்லை. மிக உயர்ந்த நடிகர்களைத் தேடிப் பிடித்தே படம் தயாரித்தார்கள்.

இதற்காக, ஹாலிவுட்டில் பாரிஸ் மாதாகோயில் போன்றே ஒரு தேவாலயத்தை உருவாக்கிப் படம் பிடித்தார்கள். அந்தக் கோயில் 125 அடி உயரமும், 150 அடி அகலமும், சிற்ப வேலைப்பாடுகள் பாரிஸ் கோயில் போலவே செய்யப்பட்டன. அதன் மேற் கோபுரத்தில் பெரிய பெரிய மணிகள் பொருத்தப்பட்டிருந்தன. படத்தில் குவாசிமோடோ ஒவ்வொன்றுக்கும் ஒரு பெயர் வைத்திருந்தான். மணி ஒலிக்க ஒன்றிலிருந்து ஒன்றன் மேல் தாவி மணியடிக்கும் காட்சி மெய் சிலிர்க்க வைக்கும். அதனால்தான் அவன் காது கேளாதவன் ஆனான்.

அவன், அந்த ஜிப்ஸி நாட்டியக்காரி எஸ்மரால்டாவை உள்ளுக்குள் நேசிக்கிறான் என்பது மிக நுட்பமாகவே வெளிப்படுகிறது. பாதிரியாருக்கு அவள்மேல் மோக வெறி!

இந்தப் படைப்பு நமது மன ஆழத் தளங்களுக்குள் சென்று அதன் இருண்ட பக்கங்களுக்கு மேல் வெளிச்சம் வீசுகிறது. காதல், காமம், அன்பு, அருள் முதலியவற்றை ஆவேசமும், அடக்கமுமாக வெளிப்படுத்துகின்றது.

'கோட்டான், வானம்பாடியின் கூட்டுக்குள் செல்வதில்லை' என்று குவாசிமோடோ முணுமுணுப்பது நம்மைத் திகைக்கச் செய்கின்றது. என்ன பயங்கரமான உருவத்திற்குள்ளிருந்து எவ்வளவு பக்குவமான வார்த்தைகள்.

ஒவ்வொருவருக்கும் ஓர் எல்லை உண்டு. அது சூழலால் உருவானது, அல்லது உருவாக்கப்பட்டது. அந்த எல்லையை நோக்கி நகர்வதே ஓர் உந்துதல். எல்லையைக் கடத்தல், படி கடத்தல். படி தாண்டும்போது, கிடைப்பது சொர்க்கமா நரகமா என்பதை நிர்ணயிக்க முடியாது. ஒன்று படுகுழி. அல்லது மீட்சி.

இந்த நாவலில் வரும் அனைவரும் படி கடக்கிறார்கள்.

பயங்கரத் தோற்றம் கொண்ட குவாசிமோடோ, ஆடல் அழகி எஸ்மரால்டா, கவிஞன், பாதிரியார். இந்த ஆண்கள் மூவருக்குமான மையப் புள்ளி எஸ்மரால்டாதான்.

மூவர் நெஞ்சுக்குள்ளும் அவளே ஆட்டம்போடுகிறாள். ஆனால், அவள் நெஞ்சுக்குள் யார்?

மோசடி ஆள் கேப்டன்! அவன் மேல்மட்டத்துப் பெண்களுக்கு வலைவீசிக்கொண்டிருக்கிறான்.

இதுதான் கதையின் சிக்கல், சோகம், உண்மையின் கசப்பு.

இந்த மனிதர்கள் உணர்ச்சி வேகத்தில் எல்லை தாண்டி, வீழ்ச்சி அடைகிறார்கள். இதில் தப்பித்துக்கொள்பவன் மோசடி ஆள் கேப்டன்!

மற்றவர்கள் எல்லை கடக்கையில் அக்கினிப்பிரவேசத்தில் எரிந்து போகிறார்கள். வாழ்வின் கொடூரம்!

உள்பொதிந்த காதலால் குவாசிமோடோ, எஸ்மரால்டாவைக் கண்காணித்துக்கொண்டே வருகிறான். அவளுக்கான அருவமான பாதுகாப்புக் கவசம் அவன்.

அவளை மரணதண்டனையிலிருந்து காப்பாற்றி மாதா கோயில் உச்சியில், பிரமாண்ட மணிகளுக்கிடையில் சிறை வைக்கிறான்.

அவனுக்கு எதிராக ஊரே திரண்டு வருகிறது. அவளைப் பத்திரமாக அவன் பாதுகாத்தாலும், அவள் அவனது முகம் காணவே அஞ்சி நடுங்குகிறாள்.

இந்த உலகில் அவன் ஒருவன் மட்டுமே உண்மை நேசன். ஆனால், அவளுக்கு அது புலப்படுவதில்லை.

மாதா கோவிலின் கீழே, பல்லாயிரம்பேர் திரண்டு ஏணிகள் வைத்து ஏற வரும்போது, அவன் கோவிலின் மொட்டை மாடியிலிருந்து ஈயத்தைக் காய்ச்சி கீழே அக்கினி மழை பெய்யச் செய்யும் காட்சி அதிர்ச்சி தருவது.

அதேசமயம், எஸ்மரால்டா தன்னைக் காணவும் அஞ்சுகிறாள் என்பதை உணர்ந்து, முகத்தை மறைத்துக்கொண்டு அவளிடம் அன்பாகப் பேசுவது இன்னொரு அதிர்ச்சி.

பற்றி எரியும் காமமும், உள்ளடங்கிய காதலும், அப்பாவித்தனமும் மோதிக்கொள்ளும் மாபெரும் உரைநடைக் காவியம் இது.

பிரஞ்சுக்காரர்களுக்கே உரிய நகைச்சுவை உணர்வு நாவல் முழுவதிலும் பரவிக்கிடக்கிறது.

இந்த நாவலில் வாசகர்கள் மறக்க முடியாமல் போகும் ஒரு சொல்: 'கொம்ப்ராசிகோ.'

பயங்கரமான சொல் இது. ஊர் ஊராக அலையும் ஒரு வகை நாடோடிக் கூட்டத்தாரைக் குறிப்பது இச்சொல். 'கொம்ப்ராசிகோ' என்றால் அழுதபிள்ளையும் வாய் மூடும் என்பார்கள்.

பிரபுக்களிடம் பணம் பெற்றுக்கொண்டு, பகை கொண்ட வீட்டுக் குழந்தைகளை இவர்கள் கடத்திவிடுவார்கள். பிறகு அந்தக் குழந்தைகளை உருவமே தெரியாமல் மாற்றிவிடும் சத்திர சிகிச்சையில் வல்லவர்கள் இந்தக் கொம்ப்ராசிகோ கூட்டம்.

குழந்தையைக் காணோம் என்று தவிக்கும் பிரபுக்களின் மாளிகை வாசலில், அதே குழந்தை பிசாசு உருவில் கிடக்கும். அடப் பிசாசே! என்று, பெற்றவர்களே அதைக் கொண்டுபோய், மாதா கோயில் தொட்டியில் போட்டு விடுவார்கள்!

அப்படிக் கிடந்தவன்தான், பாதிரியாரால் வளர்க்கப்பட்ட, கோர உருவம் கொண்ட, அற்புதக் குணம் கொண்ட குவாசிமோடோ! கடைசியில் அவன் காணாமல் போய்விடுகிறான்.

15ஆம் நூற்றாண்டின் இறுதியில் நடந்ததாகக் கற்பிக்கப்பட்ட கதை இது. அந்தக் காலத்துப் பாரிஸ் நகரம், அதன் மக்கள், பண்பாடு அப்படியே நம் கண்முன் உயிரோட்டமுள்ள காட்சிகளாய் விரிகின்றன.

கடைசிப் பகுதி நம் நெஞ்சை உருக்கிவிடும்.

மலைபோல் கிடக்கும் எலும்புக் கூடுகளின் மத்தியில் ஒரு பெண் எலும்புக்கூடு. அதைத் தழுவியபடி ஒரு குட்டையான எலும்புக்கூடு. அதன் கால்களில் ஒன்று குட்டை; முதுகெலும்பு வளைந்திருந்தது!

அவற்றைப் பிரிக்க முயலும்போது... அவை துகள்துகளாய் உடைந்து சிதறின..!

* * *